TS. Philippe Ngo (Chủ biên) & Phùng Lâm

GIÁO TRÌNH CHƯỞNG TƯỚNG HỌC

(Kiến Thức Căn Bản Chưởng Tướng Học)
QUYỂN 2

NHÂN ẢNH
2024

Copyright © 2019 Phung Lam & Phil Ngo. All rights reserved. No part of this publication may be reproduced, distributed, or transmitted in any form or by any means, including photocopying, recording, or other electronic or mechanical methods, without the prior written permission of the authors, except in the case of brief quotations embodied in critical reviews and certain other noncommercial uses permitted by copyright law.
For permission requests, write to the authors, addressed "Request Permissions" at the email below.
contact@tarothuyenbi.info
ISBN: 979-8-3304-5002-2

"Thứ gì còn tồn tại qua hàng ngàn năm nghĩa là còn giá trị, chúng ta vẫn thường phỉ báng cái mà sau này được tôn vinh, và tôn vinh cái sau này trở thành bị phỉ báng."

- Ts. Philippe Ngo

Nội dung

Lời bạt — 7
Lời nói đầu — 9

QUYỂN 2
Chương bốn:
Các vùng của bàn tay — 23
Chương năm:
Các đốt ngón tay của bàn tay — 107
Chương sáu:
Dấu hiệu và biểu tượng của bàn tay — 125
Chương bảy:
Hình dạng bàn tay và ngón tay — 155
Chương tám:
Xác định thời điểm của sự kiện — 207
Chương chín:
Phương pháp đọc chỉ tay — 217
Chương mười:
Kết luận — 234

Tài liệu tham khảo — 241

Lời bạt

Bàn tay con người, một kiệt tác tinh tế của tạo hóa, ẩn chứa vô số bí ẩn về tính cách, vận mệnh và tiềm năng ẩn giấu. Ẩn sau những đường gò chằng chịt là cả một kho tàng tri thức về con người, hé mở những cánh cửa dẫn đến thế giới nội tâm và định hướng tương lai cho những ai dám tìm kiếm vận mệnh của chính mình.

Đây là cuốn sách dẫn dắt bạn khám phá hành trình đầy thú vị này. Từ những bước đầu tiên đặt chân vào thế giới Chỉ tay, bạn sẽ được trang bị kiến thức nền tảng vững chắc về lịch sử phát triển của bộ môn này, cùng những nguyên tắc cơ bản để giải mã các đường gò trên bàn tay.

Bên cạnh những đường chính, bạn còn được giới thiệu về các đường phụ, các gò và vùng trên bàn tay và những dấu hiệu đặc biệt trên bàn tay, giúp bạn có cái nhìn toàn diện hơn về bức tranh Chưởng tướng học như về các biểu tượng: Những dấu hiệu như chữ thập, tam giác, vòng tròn, hòn đảo, v.v. ẩn chứa những ý nghĩa quan trọng về tính cách, vận mệnh và những sự kiện có thể xảy ra trong cuộc đời mỗi người. Không chỉ dừng lại ở lý thuyết, cuốn sách còn cung cấp cho bạn những ví dụ thực tế sinh động, giúp bạn dễ dàng áp dụng kiến thức đã học vào thực tiễn. Bạn sẽ được hướng dẫn cách phân tích các kiểu bàn tay khác nhau, từ đó đưa ra những nhận định chính xác về tính cách, tiềm năng và những thách thức mà mỗi cá nhân có thể gặp phải trong cuộc sống. Hành trình khám phá Chỉ tay không chỉ mang đến cho bạn những kiến thức thú vị mà còn là hành trình tự khám phá bản thân, thấu hiểu con người bên trong và định hướng tương lai một cách hiệu quả. Cuốn sách này sẽ là người bạn đồng hành đắc lực cho những ai đam mê Chỉ tay, mong muốn mở rộng hiểu biết về bản thân và những người xung quanh. Hãy sẵn sàng bước vào hành trình đầy bí ẩn và hấp dẫn này..

Ts. Nguyễn Huỳnh Thanh
Viện trưởng Viện Triết Học Phát Triển.

Lời nói đầu

Từ xa xưa, con người luôn quan tâm đến vận mệnh được thể hiện qua hình tướng từ khuôn mặt đến các đường chỉ tay để tìm kiếm số phận của mình. Trong các môn tiên đoán của Tây Phương, nhân tướng học được gọi là Somatomancy. Và với dạng thức tiên tri bằng hình dáng con người thì được chia ra làm mấy môn là tướng xương - cephalomancy, tướng tay - chiromancy, tướng chân - podomancy, tướng hạ thể - natimancy, tướng mặt -schematomancy. Trong tướng thuật Đông Phương còn có thêm một số dạng thức ngoài hình tướng, còn tâm tướng và tướng động tĩnh, thần khí sắc tướng,... Và để diễn tả sự phức tạp trong tướng thuật, thì giống như bước vào một khu rừng rậm mênh mông vô tận, phức tạp vô cùng. Nhưng tuy tướng thuật bác đại tinh thâm nhưng chúng ta vẫn có một số pháp để nắm bắt. Nên để hiểu tướng pháp cần phải hiểu rõ một vài điểm sau: Tướng từ tâm sinh, mệnh do tâm tải. Như nhà tướng thuật Hứa Phụ có nói: Hữu tâm vô tướng, tướng trục tâm sinh; hữu tướng vô tâm, tướng tùy tâm diệt. Nghĩa là có tâm không tướng thì tướng theo tâm mà sinh. Có tướng không tâm thì tướng theo tâm diệt. Đây là quan niệm chủ đạo để có thể bước chân vào tướng thuật. Có nhiều điểm tương đồng với ý niệm " chữ tâm ấy mới bằng chữ tài" của chúng ta. Quan niệm này ẩn hiện xuyên suốt bốn tác phẩm về tướng thuật kinh điển của Trung Hoa là Thái Thanh Thần Giám, Ngọc Quản Chiếu Thần Cục, Nguyệt Ba Động Trung Ký, Nhân Luân Đại Thống Phú. Nằm trong bộ Tứ Khố Toàn Thư. Sau này có thêm Thần Tướng Toàn Thiên của Trần Đoàn Lão Tổ. Các hệ thống tướng mệnh có thể phân chia thành các dạng như sau: Âm Dương Ngũ Hành là nguyên lý vận động tương tác căn bản nhất trong tướng thuật. Hiểu được nguyên lý là đã nắm hơn nửa tâm pháp. Sau khi có thể nắm rõ tư tưởng, nguyên lý thì mới bước tiếp nửa chân vào trong khu rừng tướng pháp. Chúng ta sẽ có muôn hình vạn trạng các lưu phái tướng thuật khác nhau từ cách cục đến mệnh lộc. Mà dựa vào Thần tướng Toàn Thiên có thể khái quát một vài lưu phái như sau: Lưu phái Ngũ Tinh, Lục Diệu, Ngũ Nhạc, Tứ Độc: Với Ngũ Tinh gồm: hỏa tinh - trán, thổ tinh - mũi, mộc tinh - tai phải, kim tinh - tai trái, thủy tinh - miệng. Lục Diệu: Tử Khí, La Hầu, Kế Đô, Nguyệt Bột, Thái Âm, Thái Dương lần lượt chỉ ấn đường, mày trái, mày phải, sơn căn, mắt phải, mắt trái.

Ngũ Nhạc gồm Hành Sơn, Hằng Sơn, Tung Sơn, Thái Sơn, Hoa Sơn chỉ trán, cằm, mũi, gò má trái, gò má phải. Tứ Độc là bốn con sông gồm Giang, Hà Hoài, Tế chỉ các nhánh, rãnh ở tai mắt miệng mũi. Lưu phái Cửu Diệu Thập Nhị Cung: Trong Thái Thanh Thần Giám có chép: Trên khuôn mặt có Cửu Diệu, với mũi thuộc kim, mắt thuộc mộc, tai thuộc thủy, miệng thuộc hỏa, má phải là la hầu, má trái là kế đô, chân mày là tứ khí, nhân trung là nguyệt bột. Sau đó lại nói thêm, trên mặt người có 12 cung phân bổ như sau : Cung Mệnh tại Ấn Đường cho đến Cung Phúc Đức đóng ở tinh thần, địa giác, phúc đường.

Thuật ngữ Chiromancy với tiếng Latinh là chiromantia, là thuật ngữ phổ biến để chỉ thực hành xem tướng bàn tay ở châu Âu. Ghi chú về Chiromancy từ Eadwine Psalter được cho là viết vào khoảng năm 1160 sau Công nguyên là tư liệu viết về Chiromancy sớm nhất một cách độc lập, theo đó Eadwine là tu sĩ tại Nhà thờ Canterbury, đã gán ý nghĩa với các đường tạo nên tam giác trong lòng tay với các dấu hiệu và gò. Sau đó, có thể nhắc đến các tác phẩm như "Die Kunst Chiromantia" (1480) là cuốn sách đầu tiên dành riêng cho việc xem tướng bàn tay. Đây là một cuốn sách in khắc (mỗi trang được khắc trên một khối gỗ) chứa bốn mươi ba hình ảnh sơ đồ bàn tay trong đó hàm chứ hình vẽ vẽ các đường và dấu hiệu cụ thể mà còn có cả văn bản. Tác phẩm này này được cho là của bác sĩ Johannes Hartlieb (1410-1468) viết ở Munich. Tiếp đó, "Introdvctiones Apotelesmaticæ Elegantes, in Chyromantiam, Physiognomiam, Astrologiam Naturalem, Complexiones Hominum, Naturas Planetarum" (1522) là cuốn sách đầu tiên trình bày tổng quát về Chiromancy, Physiognomy và Chiêm tinh học trong sự tương quan cùng nhau. Linh mục và chiêm tinh gia người Đức Joannes ab Indagine (Johann Rosenbach hoặc von Hagen, 1467–1537), đã chứng minh rằng Chiromancy đã phát triển thành một hệ thống phức tạp hơn, trong đó bàn tay, như một tiểu vũ trụ, tương ứng với đại vũ trụ. Vào thời điểm đó, những người xem tướng bàn tay bắt đầu đặt tên cho các đặc điểm bàn tay khác nhau theo tên các thiên thể vì người ta tin rằng các đặc điểm này tương ứng với các phẩm chất được gán cho bảy hành tinh. Ludicrum Chiromanticum (1661) là tác phẩm thứ ba trong số các tác phẩm tiêu biểu về Chiromancy. Nó bao gồm nhiều văn bản khác nhau được viết bởi các học giả uyên bác, bao gồm Johannes Praetorius (Hans Schulze, 1630-1680) từ Leipzig, người đã biên soạn mười hai trăm trang lẻ, trong đó ba phần tư dành cho Chiromancy và phần tư cuối dành cho metoscopy (bói toán dựa trên các đường vân trên trán). Nhiều phần trong Ludicrum Chiromanticum được cấu trúc thông qua các từ viết tắt PALMA và CHIROMANTIA. Tiếp theo, là cuốn Les Mystères de la Main (Những Bí Mật của Bàn Tay) (1859) của Desbarrolles đã làm phong phú thêm việc xem tướng bàn tay bằng những luồng ý tưởng lấy từ Kabbalah, Chiêm tinh học và thôi miên. Desbarrolles đã thiết lập xu hướng đọc cho những người xem tướng bàn tay, trước tiên là xác định hình dạng bàn tay của một người và sau đó giải thích các đặc điểm trong lòng bàn tay của họ. Ngoài ra, còn có những ghi chép rải rác từ các nghiên cứu của Éliphas Lévi và Gérard Encausse (1865–1916), được biết đến nhiều hơn với bút danh Papus. Bên cạnh các nhà huyền học, còn có các nữ tiên tri bằng chỉ tay nổi tiếng là Madame de Thèbes và Madame Fraya, đã tạo dựng được tên tuổi trong lĩnh vực xem tướng bàn tay (chiromancy) tại Paris. Madame de Thèbes (Annette Savary, 1844–1916) là người kế thừa Desbarrolles. Madame Fraya (Valentine Dencausse, 1871–1954), đã tham gia vào các thí nghiệm do hai học giả thiết lập nhằm kiểm tra độ tin cậy của việc xem tướng bàn tay. Trong đó có Alfred Binet (1857–1911), giám đốc phòng thí nghiệm tâm lý học tại Sorbonne.

Năm 1929, nhà nghiên cứu bàn tay người Đức Julius Philipp Spier (1887-1942) đã giới thiệu thuật ngữ "Tâm lý học về Bàn tay" (Psychochirology) để phân biệt mình với những người xem tướng bàn tay truyền thống (chiromancers) và các nhà nghiên cứu bàn tay (chirologists). Theo Spier, xem tướng bàn tay truyền thống tập trung vào việc dự đoán vận mệnh, trong khi nghiên cứu bàn tay khoa học sử dụng hình dạng và đặc điểm trên lòng bàn tay để suy luận về tính cách và sức khỏe. Tâm lý học về Bàn tay, theo cách hiểu của Spier, không chỉ đơn thuần là đoán vận mệnh mà còn bổ sung thêm chiều kích tâm lý vào việc xem bàn tay. Là học trò của Carl Gustav Jung (1875-1961), Spier biến việc xem bàn tay thành một phương pháp giúp mọi người trở thành "bản chất con người thật sự của họ" (theo thuật ngữ Jung là "cá thể hóa"). Tin rằng mỗi người sở hữu tiềm năng độc đáo, mục đích của Spier là trao quyền cho họ phát triển hài hòa với cốt lõi bẩm sinh của bản thể. Bằng cách quan sát bàn tay, Spier giải mã điểm mạnh, điểm yếu về thể chất, cảm xúc và trí tuệ của một người. Sau đó, ông xác định "tiềm năng" của họ và liệu họ có đang phát triển phù hợp hay bị cản trở bởi giáo dục hoặc các yếu tố khác. Nói cách khác, phân tích bàn tay của Spier giúp phác họa bức chân dung tâm lý năng động của một người: trạng thái hiện tại so với tiềm năng của họ, từ đó tạo ra định hướng cho sự tự bộc lộ bản thân. Chỉ khi ai đó sẵn sàng nhận thức về bản thân, khẩu hiệu *"werde wer*

Lời nói đầu

du bist" ("*hãy trở thành con người thật của bạn*") mới có thể được hiện thực hóa. Có thể thấy, cùng với sự phát triển của nhân loại, các phương thức tiếp cận số phận cũng biến đổi từ tiên đoán vận mệnh với các yếu tố ảnh hưởng bên ngoài đến khám phá thế giới nội tâm với tiềm năng bên trong để tự hoàn thiện chính mình. Có thể thấy, ai dám can

Lời nói đầu

đảm tìm kiếm vận mệnh của mình là người có thể tự hoàn thiện chính mình.

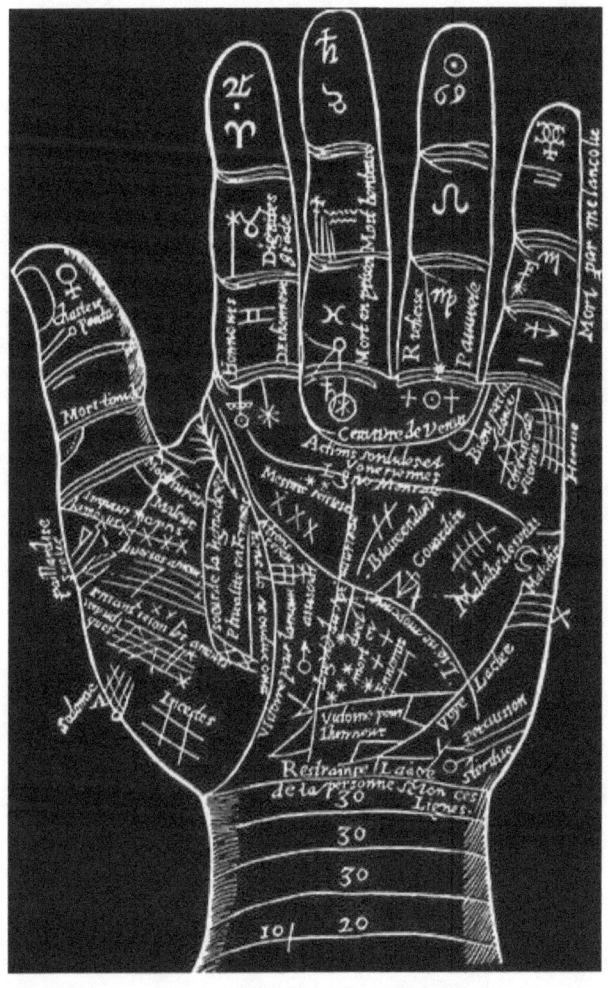

Bàn Tay theo Belot

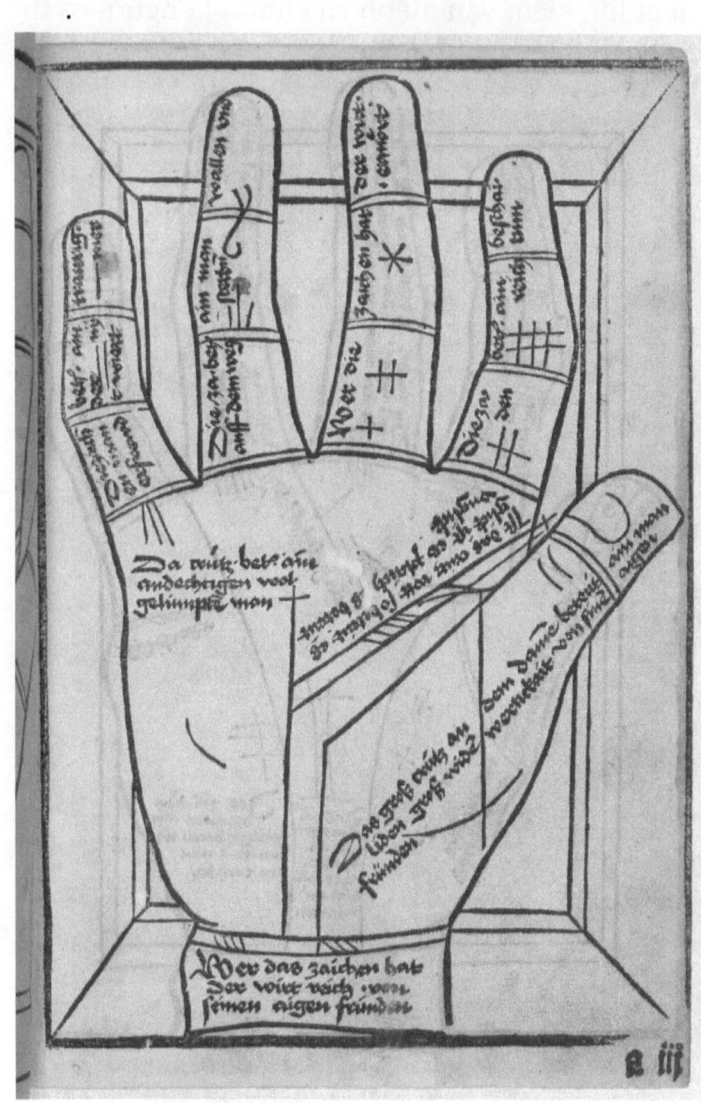

Bàn Tay theo bản thảo Chiromantia

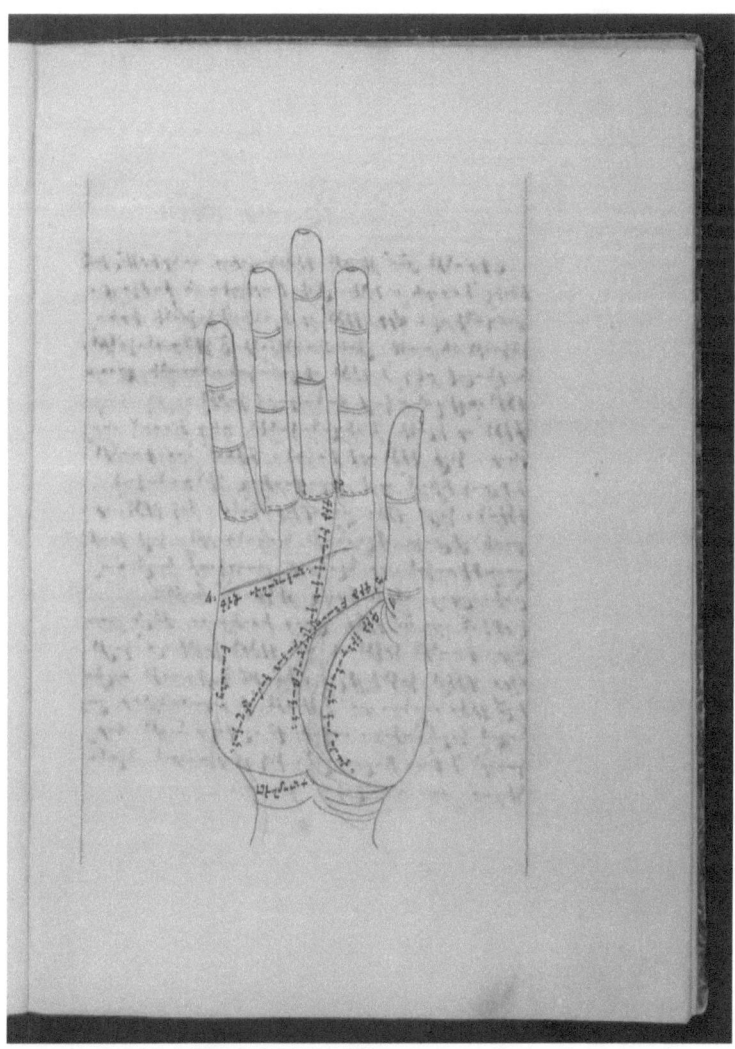

Bàn tay theo Dzẹrnaznnutʻiwn b

Chương bốn:

CÁC VÙNG CỦA BÀN TAY

Trong chương này, chúng tôi giới thiệu đến người đọc bảy gò trên lòng bàn tay tương ứng với bảy hành tinh, và bồn địa tinh tương ứng với trái đất. Người đọc khi nắm vững các kiến thức ở đây, có thể biết được vị trí các đường xuất phát và tiêu biến. Bên cạnh đó, mười hai khu vực trong lòng bàn tay tương ứng với 12 cung Hoàng đạo cũng sẽ được giới thiệu chi tiết đầy đủ. Kiến thức trong chương này được tham chiếu đến các nhà huyền học về Chưởng Tướng nổi tiếng như Benham, Jean Belot, Chiero, Rosa Baughan,...Ngoài ra, chương này còn mang đến những kiến thức mới về các đốt tay tương ứng với 12 cung nhà trong Chiêm tinh học.

CÁC VÙNG CỦA BÀN TAY

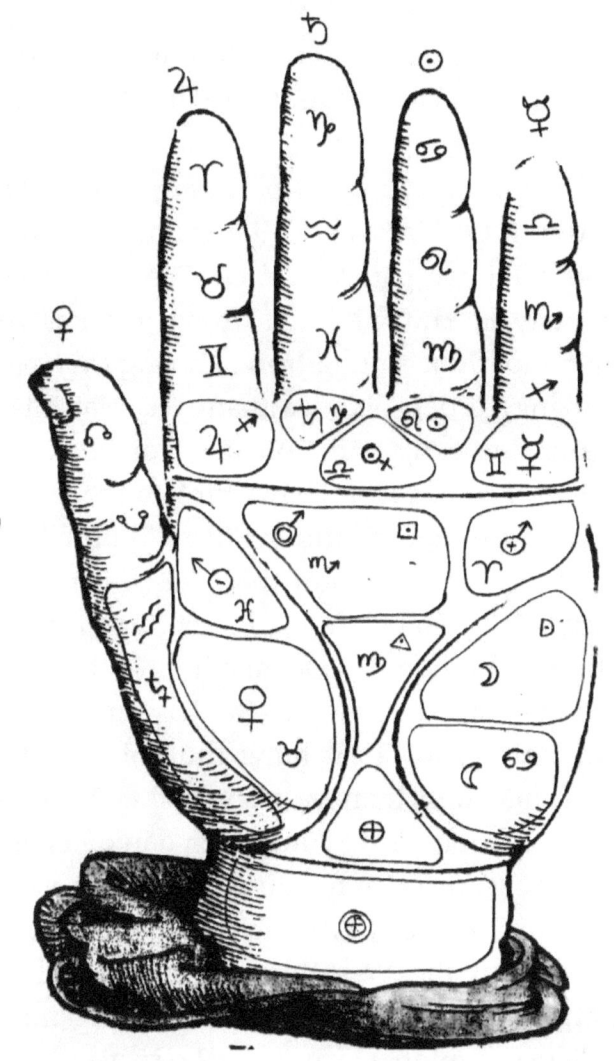

VÙNG BẠCH DƯƠNG (ARIES AREA) VÀ GÒ HOẢ TINH (MOUNT OF MARS)

Từ khoá: Tương ứng với Hoả tinh. Sức sống, lòng dũng cảm, chiến đấu. Can đảm, bình tĩnh, chiến binh.

Nổi bật trong vùng Bạch Dương là Gò Hoả Tinh (Mount Of Mars) nằm giữa Đường Tâm đạo và Đường Trí đạo gần sát với Gò Thái Âm. Theo Chiero, đây là khu vực quan trọng liên kết với những người được sinh ra trong khoảng thời gian từ 21 tháng 10 đến ngày 28 tháng 11. Mặt khác, thời gian này trong năm còn ứng với phần sức mạnh tinh thần của Hoả Tinh. Chính vì thế, người có khu vực này nổi trội thường hiếm khi thể hiện ra bên ngoài. Tâm trí, tinh thần, kể cả cơn giận cũng được thu vào bên trong, họ rất dũng cảm về mặt tinh thần hơn là sức mạnh thể chất. Họ thường ghét sự bất công, dối trá, hay sự bạo lực. Tuy vậy, họ lại tỏ ra rất hứng thú với việc đấu tranh về mặt tinh thần và trong các cuộc tranh luận hoặc tranh luận, họ cũng chiến đấu đến cùng để bảo vệ ý kiến của mình. Sự quyết tâm và ý của của họ được dấu kín và lặng lẽ cho đến khi thành công hay thắng thế. Về mặt tâm lý, họ có thể thiếu kiên nhẫn nhưng thừa cố chấp để chứng minh quan điểm của mình, vì vậy có lúc họ sẽ giả vờ hay phớt lờ những ý kiến trái chiều, đến thời cơ thích hợp lại khiến cho đối thủ hay người chống đối bất ngờ. Gò Hoả Tinh đại diện cho Năng lượng và Sức sống, nên người có Gò Hoả Tinh nổi trội là người có nhiều sinh lực, nhiệt huyết trong cuộc sống. Trường hợp Gò Hoả Tinh nổi trội nhưng gặp những yếu tố đi cùng bất lợi, thì đương số cũng có đủ sức mạnh tinh thần để vượt qua. Mặt khác, nếu Gò Hoả Tinh trên bàn tay có thay đổi như giảm đi, hay phát sinh những dấu hiệu bất lợi thì là lời cảnh báo cho vấn đề sinh lực giảm sút.

Nếu năng lượng của vùng Bạch Dương này được phát triển đúng cách, họ sẽ là người dũng cảm, dám nhận trách nhiệm, với khả năng tổ chức tốt hơn là lãnh đạo, và tinh thần kiên cường của họ thường tìm thấy nơi tuyệt vời cho tài năng của họ được phát huy, như với tư cách là bộ não đằng sau một đội quân, hay đoàn đội. Họ có thể lên kế hoạch để khiến cho những kẻ đối đầu phải rối trí, bất ổn nội bộ.nếu năng lượng của vùng Bạch Dương này chưa được phát triển đúng cách, họ sẽ là người sử dụng mọi thủ đoạn xảo quyệt và xảo quyệt để thực hiện kế hoạch của mình. Họ sẽ không dừng lại ở bất cứ điều gì để thực hiện mục đích của họ, thanh gươm và chất độc đều có thể là vũ khí của họ.

Năng lượng tinh thần ở khu vực này biểu hiện cho thấy họ có sức mạnh bí ẩn, có thể cuốn hút người khác trong vô thức. Họ có thể là những bậc thầy tâm trí bẩm sinh, với khả năng đoán đọc được suy nghĩ của người khác với linh cảm của mình. Vì thế, người trội khu vực này thích nghiên cứu về nghệ thuật huyền bí, nghệ thuật chiến tranh... Ở mức độ cao, họ là những người thành công trong nghệ thuật riêng biệt, ngành khoa học hiếm, lĩnh vực y khoa chuyên biệt. Tuy nhiên, cần kết hợp các yếu tố tích cực khác trong bản đồ chỉ tay. Ở mức độ bình thường, họ là người linh hoạt nhưng sẽ hiếm khi đạt đến đỉnh cao nếu thiếu các yếu tố tích cực bổ trợ trong đường chỉ tay. Với người trội khu vực này, khi còn trẻ hay ở giai đoạn thơ ấu cần chú ý việc tiếp xúc môi trường xung quanh. Họ dễ hấp thụ mọi năng lượng mà không sàng lọc nên nếu giao lưu với những người xấu, họ sẽ trở thành kẻ xấu nổi trội hơn và tương tự với người tốt cũng như người giỏi giang, họ sẽ thành người tốt hơn và giỏi hơn. Biểu tượng tinh thần họ nên lưu tâm bên mình là ở chu kì thấp là con bọ cạp đang tự làm mình bị thương ở đuôi và ở chu kì cao là biểu tượng của đại bàng hướng lên trời. Ám chỉ, ở giai đoạn thấp sẽ không sức mạnh nào huỷ hoại được họ và ở giai đoạn cao sẽ không có gì cản phá được họ.

Về sức khỏe, người trội Vùng Bạch Dương và Gò Hoả Tinh thường có xu hướng nhỏ nhắn và nhẹ cân trong những năm đầu đời, nhưng thường nghiêng về béo phì sau khi qua tuổi trung niên. Cả nam và nữ đều có khả năng bị suy nhược hoặc bệnh tật ở cơ quan sinh dục, đặc biệt là ở tuổi trẻ, cả ở thận và bàng quang, khi về già thì dạ dày và các cơ quan tiêu hóa bị rối loạn. Vì vậy cần lưu tâm sức khoẻ ở các khu vực này.

Những sự kết hợp cùng Gò Hoả Tinh và Vùng Bạch Dương:

Khi Gò Hoả Tinh và Vùng Bạch Dương cùng xuất hiện với đường Trí đạo rõ ràng, không bị đứt gãy cho thấy một người có trí tuệ nhạy bén, tư duy logic và khả năng đưa ra quyết định quan trọng trong đời. Họ có can đảm để đi theo con đường của riêng mình và quyết tâm đạt được mục tiêu mong muốn. Chính vì thế, họ có nhiều tiềm năng để thành công lớn. Ngược lại, với đường Trí đạo đứt gãy hay có nhiều đảo, dấu hiệu bất lợi thì đương số là người thiếu quyết đoán dễ bỏ lỡ thời cơ; nên tránh kinh doanh to lớn hay làm việc có thể ảnh hưởng đến nhiều người.

Khi Gò Hoả Tinh và Vùng Bạch Dương bẩm sinh đã có dấu hiệu chữ thập, hay dấu hiệu chữ thập xuất hiện điều đó có thể cho thấy đương số có thể gặp thử thách hoặc có nhiều bước ngoặt quan trọng trong cuộc đời họ. Những trở ngại này có thể đóng vai trò là cơ hội để phát triển và biến đổi, dẫn đến sức mạnh và khả năng thành công cá nhân lớn hơn. Vì vậy, đương số cần lưu tâm để phát triển nghị lực, lòng can đảm và tham vọng chính đáng của bản thân.

Khi Gò Hoả Tinh và Vùng Bạch Dương đi cùng với đường Sinh đạo rõ ràng, cho thấy bẩm sinh sức khoẻ của đương số khá tốt, sinh lực dồi dào, tuổi thọ vững vàng. Nhưng nếu qua thời gian khu vực này xuất hiện những đường nhỏ chằng chịt, cắt ngang thì thể hiện sinh lực suy yếu; có thể bên ngoài rất khoẻ nhưng nguồn năng lượng sống bị cạn kiệt, nên cần lưu tâm.

Hình thái của gò Hoả Tinh: Bình thường: Dũng cảm không khuất phục, tính tình điềm đạm. Phát triển quá mức: Nóng nảy, tính cách độc đoán, kiêu ngạo, hay cãi vã, tàn nhẫn. Thiếu hụt: Hèn nhát, thiếu bình tĩnh.

VÙNG KIM NGƯU (TAURUS AREA) VÀ GÒ KIM TINH (MOUNT OF VENUS)

Từ khoá: Tương ứng với Kim tinh. Đam mê nguyên thuỷ, vật chất. Tình yêu, nhục dục, đồng cảm. Nghệ thuật, hưởng thụ.

Mount Of Venus là một phần trên lòng bàn tay, gần gốc ngón cái và bên trong đường Sinh Đạo, được gọi là Gò Kim Tinh. Gò này này có hình dạng cân đối và không quá lớn mất cân đối với bàn tay, nó sẽ biểu thị sự khát khao được yêu thương, quan tâm, đam mê và tôn thờ cái đẹp dưới mọi hình thức. Thường thấy Gò Kim Tinh ở những người nghệ sĩ, ca sĩ và nhạc sĩ hoặc chỉ đơn thuần là người có nhiều đam mê tài năng về nghệ thuật thì gò này rất vượng, hay phát triển hài hoà trên bàn tay, thể hiện sức khỏe tốt và đam mê mạnh mẽ trong cuộc sống. Gò Kim Tinh có hình dạng đẹp là một dấu hiệu tuyệt vời. Nó biểu thị sức hút và sự hấp dẫn với người khác. Khi Gò Kim Tinh quá bằng phẳng, nhão hoặc không phát triển hay qua thấp với bàn tay, thường được xem là bị suy, năng lượng biểu hiện của nó giảm đi, thể hiện đương số cần tìm kiếm đam mê để nuôi dưỡng tâm hồn. Bởi lẽ, Gò Kim Tinh đi cùng với các dấu hiệu hung ác hoặc bất thường khác, nó có thể gia tăng những xu hướng đó. Năng lượng của Gò Kim Tinh kết nối với những người có thời gian sinh vào khoảng thời gian từ ngày 20 tháng 4 đến ngày 20 tháng 5, và phần nhỏ khác kéo dài đến ngày 27 tháng 5. Họ mang sức mạnh thống trị và xu hướng quá tin tưởng với quan điểm của mình. Tuy nhiên, trong tình yêu thì họ trở thành những người tôn sùng với người mà họ yêu, hoặc những người nô lệ khốn khổ nhất nếu như không được yêu. Họ rất hiếu khách, hào phóng và thích chiêu đãi bạn bè. Gò Kim Tinh mang đến cho họ khiếu thẩm mỹ về ẩm thực và thích tổ chức những bữa ăn tuyệt vời. Đôi khi, họ có tính cách bốc đồng, thẳng thắn và nổi giận đầy bản năng, nhưng cảm xúc này thường nhanh chóng qua đi và họ hối hận về những lời nói mình đã nói trong cơn giận; lời khuyên chân thành chính là hãy học cách để làm chủ cảm xúc bản năng và biết nói lời hối lỗi với người họ trân trọng.

Với người có Gò Kim Tinh suy, năng lượng của họ lại hướng về bên trong, thiên hướng về tinh thần nhiều hơn là thể xác nhục dục hay vật chất. Đặc biệt là những người có thời gian sinh vào khoảng thời gian từ ngày 21 tháng 9 đến ngày 20 tháng 10, và đến ngày 27 tháng 10. Những người sinh ra trong giai đoạn này có trực giác nhạy bén và khả năng cân bằng tinh thần về mọi thứ mà những người khác không có được. Họ có linh cảm và nhiều trải nghiệm tâm linh, giấc mơ, khả năng thấu thị, v.v., những thứ mà họ thường không thể diễn bằng khả năng lý luận của mình, và có thể tìm lời giải đáp mọi vấn đề thông qua phương tiện là tâm trí hoặc khả năng tinh thần của mình. Họ có thể học các môn lý luận, biện luận để cải thiện khả năng của mình. Hơn hết, người có Gò Kim Tinh trội trên bàn tay thường hợp với các ngành nghề như luật, bác sĩ khi vượng, hay là bậc thầy của một số ngành cụ thể về mặt tâm lý, tâm linh để giúp đỡ người khác hơn là đạt được lợi thế trần tục khi có Gò Kim Tinh suy.

Với người có Gò Kim Tinh vượng trong tình yêu, họ có xu hướng ghen tuông, đặc biệt khi đối tượng của họ có các mối quan hệ mới và bớt sự quan tâm đến họ. Chính vì thế, với nam và nữ có Gò Kim Tinh vượng thường không nên kết hôn sớm trong giai đoạn khi quá trẻ tuổi, vì vì nỗ lực đầu tiên gắn kết mối quan hệ nghiêm túc thường gặp khó khăn, thử thách, thậm chí là thất bại. Vì tính cách độc lập cần thời gian rèn dũa, việc kết hôn quá sớm khiến họ kẹt trong sai lầm của mình, họ có thể sống một cuộc sống khác thường và bị chỉ trích nặng nề.

Với người có Gò Kim Tinh suy, tình yêu của họ là tinh thần chứ không phải nhục dục, và họ khao khát sự đồng hành của tâm hồn hơn là của các giác quan thể xác. Nhưng nếu như không thể học cách chấp nhận, buông bỏ cho bản thân thì trong tình yêu, họ hầu như luôn không hạnh phúc. Bởi họ năng lượng khi bị suy của Gò Kim Tinh làm họ do dự và bỏ lỡ cơ hội trong khi cần quyết đoán, và vì vậy tình yêu trôi qua và thường không để lại cho họ điều gì ngoài sự tiếc nuối. Chính vì thế, họ nên hành động nhiều hơn theo ấn tượng và trực giác đầu tiên của mình, đồng thời nắm bắt những cơ hội mà Số phận đưa đến, theo cách của họ.

Về sức khỏe, những người sinh với Gò Kim Tinh vượng thường có móng tay ngắn hoặc hình tròn, và có xu hướng mắc các bệnh liên quan đến họng, mũi, đầu và tai. Với lối sống thiếu hài hoà nội tâm, họ cũng có nguy cơ mắc các bệnh nội tạng khác, như viêm ruột thừa và khối u. Bởi, môi trường xung quanh có thể ảnh hưởng quan trọng đến sức khỏe và tâm trạng của họ, và họ dễ trở nên bệnh hoạn và trầm cảm trong môi trường không phù hợp. Những người sinh ra với Gò Kim Tinh suy có xu hướng bị thiếu sức mạnh thể chất, suy nhược thần kinh, suy nhược tinh thần, u sầu, cảm giác cô đơn dữ dội, v.v. Ngoài ra, họ dễ bị đau đầu dữ dội, đau ở lưng, thắt lưng và thận; giống như trường hợp của những người thuộc thời kỳ khác của cung Kim tinh này, họ có khuynh hướng lớn, đặc biệt là phụ nữ, mắc các bệnh nội khoa và thường phải trải qua các cuộc phẫu thuật nặng nề.

Những sự kết hợp cùng Gò Kim Tinh và Vùng Kim Ngưu:

Gò Kim Tinh và Vùng Kim Ngưu hoà hợp với đường Trí đạo và có đường Mệnh đạo rõ ràng: Điều này cho thấy đây là người cách tiếp cận cân bằng và hài hòa đối với tình yêu và các mối quan hệ, khiến cho người khác dễ chịu mà không đánh mất bản tính của mình. Cá nhân này có khả năng hiểu rõ cảm xúc của họ, sở hữu kỹ năng giao tiếp tốt và đưa ra quyết định sáng suốt về cuộc sống tình yêu của họ. Đây có thể là đối tượng hoàn hảo để tìm hiểu trong tình yêu.

Gò Kim Tinh suy đi cùng với đường Trí đạo ngắn, đứt gãy hoặc đường Mệnh đạo bị suy yếu hoặc vắng mặt trên lòng bàn tay. Điều này cho thấy bản chất hướng nội và dè dặt trong các mối quan hệ của đương số. Người này có thể gặp khó khăn trong việc thể hiện cảm xúc hoặc hình thành mối liên hệ sâu sắc với người khác. Họ cũng có thể gặp khó khăn trong việc đưa ra quyết định liên quan đến tình yêu và có thể dễ nghi ngờ bản thân, dù họ thực sự có khả năng.

Gò Kim Tinh phát triển quá mức đi cùng với đường Trí đạo ngắn, đứt gãy hoặc đường Mệnh đạo bị suy yếu như đứt đoạn hoặc tiêu biến: Sự kết hợp này có thể cho thấy xu hướng hướng tới nhục dục quá mức, nuông chiều hoặc bốc đồng trong các mối quan hệ. Người đó có thể phải vật lộn với sự ổn định về cảm xúc và có thể thấy khó duy trì các cam kết lâu dài. Cần lưu tâm nếu lựa chọn đối tượng này để giao trọng trách hay cam kết lâu dài như hôn nhân. Bởi lẽ, người có dấu hiệu này cần phát triển để hiểu mình, làm chủ cảm xúc nội tại trước khi kết nối với người phối ngẫu.

Khi biểu tượng Thập giá hoặc Ngôi sao trên Gò Kim Tinh: đây được coi là một dấu hiệu tốt lành. Nó đại diện cho sự may mắn và hạnh phúc trong các vấn đề về tình yêu và các mối quan hệ. Nó gợi ý cho chúng ta về một người có khả năng quảng giao, thu hút người khác với những mối quan hệ viên mãn và hài hòa, được người khác giới chú ý.

Khi biểu tượng Hòn đảo được tìm thấy trên Gò Kim Tinh: thường được coi là một dấu hiệu bất lợi. Nó gợi ý những thách thức hoặc trở ngại trong tình yêu và các mối quan hệ trong đời. Nó có thể cho thấy sự bất ổn về cảm xúc, khó khăn trong việc thể hiện tình yêu hoặc xu hướng có những trải nghiệm lãng mạn đầy sóng gió. Bởi đương số có thể gặp những trở ngại tâm lý, tinh thần liên quan đến khả năng đón nhận yêu thương. Chính vì thế, họ có thể lưu tâm đến bản thân, và nên tìm kiếm phương pháp chữa lành.

Hình thái gò Kim Tinh: Bình thường: Vẻ đẹp, duyên dáng, yêu thích hình thức đẹp, lịch thiệp (theo nghĩa tốt); lòng bác ái và sự dịu dàng với mọi người. Thái quá: Tính khí thích lời khen, thích quan hệ tình dục bừa bãi, kiêu căng, lười biếng, sự phù phiếm quá mức trong mọi việc. Thiếu hụt: Lạnh lùng, ích kỷ, thiếu năng lượng, thiếu sự dịu dàng và lòng trắc ẩn trong mọi hành động của cuộc sống.

VÙNG SONG TỬ (GEMINI AREA) VÀ GÒ THUỶ TINH (MOUNT OF MERCURY)

Từ khoá: tương ứng với Thuỷ tinh. Đại diện cho huynh đệ. Truyền thông, giao tiếp, tư duy, ý tưởng. Kinh doanh, nhanh chóng, thương mại, khoa học.

Mount Of Mercury hay Gò Thuỷ Tinh được tìm thấy dưới gốc ngón tay thứ tư còn được gọi là ngón áp út, trong vùng Song Tử. Về mặt tốt, Gò Thuỷ Tinh tạo nên thuận lợi trong giao tiếp, tư duy, ý tưởng, nhưng khi đi cùng những yếu tố bất lợi, điều này làm tăng các khuynh hướng bất lợi cho đương số, đặc biệt các dấu hiệu tinh thần. Gò Thuỷ Tinh liên quan đến tâm trí nhiều hơn bất cứ điều gì khác. Khi Gò Thuỷ Tinh vượng, nó mang lại sự nhanh nhạy của bộ não, trí thông minh, suy nghĩ, tài hùng biện. Nó cũng liên quan đến khả năng thích ứng trong khoa học và thương mại. Khi Gò Thuỷ Tinh suy, nó tạo ảnh hưởng nghiêm trọng, biểu thị tính dễ bị kích động về tinh thần, căng thẳng, thiếu tập trung, gian xảo trong kinh doanh và mọi thứ không đáng tin cậy về tính cách trên bàn tay của đương số. Trong thuật xem chỉ tay, Gò Thuỷ Tinh luôn cần được xem xét cùng với đường Trí Đạo trên bàn tay. Đường Trí Đạo dài và được thể hiện rõ ràng; không đứt gãy hay bị chằng chéo, nó làm tăng mọi tiềm năng ở Gò Thuỷ

Tinh, hứa hẹn về khả năng trí tuệ và thành công. Đường Trí Đạo yếu, kém rõ ràng hoặc không đều hay bị đứt gãy, nó làm giảm mọi tiềm năng ở Gò Thuỷ Tinh, nếu thêm tất cả các dấu hiệu bất lợi sẽ khiến cho đương số gặp khó khăn trong tư duy hay giao tiếp, dễ khiến mọi người xung quanh hiểu nhầm.

Gò Thuỷ Tinh có tác động tích cực đến những người sinh trong khoảng thời gian từ ngày 21 tháng 5 đến ngày 20 tháng 6 và cho đến ngày 27 của tháng này, nhưng sau bảy ngày, ảnh hưởng của nó được coi là yếu dần và không quá mạnh. Dấu hiệu của người sinh ra trong thời kỳ này được thể hiện trong vòng Hoàng Đạo bằng biểu tượng của cặp song sinh. Chính vì thế, người sinh vào khoảng thời gian này của năm đều có tính cách và khí chất khác thường. Trên thực tế, một phía trong bản chất của họ có thể được mô tả là luôn chống lại bên kia, tự mâu thuẫn với chính mình. Do vậy, họ dù luôn sở hữu trí thông minh khác thường, nhưng thường làm hỏng cuộc sống của mình do kế hoạch và khó đạt được mục đích của họ do thiếu tính kiên nhẫn và nỗ lực liên tục. Sự thông minh khiến họ liên tục thay đổi, giỏi ứng biến, khéo giao tiếp. Vì thế, họ hợp những công việc có nhiều kế hoạch, nhiều thay đổi, gặp gỡ nhiều người. Tính khí riêng của họ thường là kiểu nóng lạnh thất thường. Họ rất hay chỉ trích và đặc biệt chú ý đến những lỗi nhỏ hoặc cách cư xử của người khác. Trong tất cả các giao dịch hoặc công việc kinh doanh cần những yếu tố như trí tuệ nhạy bén, tinh tế, chỉ cần họ đủ quan tâm để tham gia vào cuộc cạnh tranh, họ có thể bỏ xa mọi đối thủ. Họ rất xuất sắc trong ngoại giao và là những người nói chuyện có tài, chính vì thế khi còn trẻ con thì đây là những đứa trẻ nhanh nhẹn, đầy tò mò hay ham học hỏi. Khi yêu, họ có thể yêu say đắm bằng cách thể hiện mãnh liệt và cũng nhanh chóng nguội lạnh, hay tỏ ra không thích đối phương; vì vậy, người trội ở Gò Thuỷ Tinh cần trải nghiệm trong cuộc sống trước khi tiến đến cam kết trong hôn nhân gia đình.

Gò Thuỷ Tinh cách khác đến những người sinh từ ngày 21 tháng 8 đến ngày 20 tháng 9 và cho đến ngày 27, bảy ngày cuối cùng của giai đoạn này. Theo đó, những người này tất cả những điểm tốt của giai đoạn đầu, và thậm chí một số còn sự thuận lợi tốt đẹp nếu các yếu tố thuận lợi khác cũng được tìm thấy trên bàn tay của họ. Ví dụ, họ thường sẽ gắn bó lâu hơn và liên tục nỗ lực kiên nhẫn với những gì trong đời họ như ngành học hay nghề nghiệp. Tuy họ hầu như không có sự nhanh nhẹn hay thông minh như loại thứ nhất, nhưng họ có cách hành động chắc chắn hơn, cần mẫn hơn; và chính vì thế, họ có thể kiếm được nhiều tiền hơn trong cuộc sống của mình bởi những đặc tính như thực tế hơn trong quan điểm sống, thiên về ổn định vật chất, phân tích và suy luận mọi thứ từ cách cách nhìn trực tiếp của mình đối với người khác, như nếu họ thấy điều gì là đúng, thì điều đó đúng với họ và họ sẽ hành động theo niềm tin ấy; vì lý do này, người ta thường thấy họ làm hoàn toàn ngược lại với những gì người ta mong đợi.

Gò Thuỷ Tinh thể hiện sự ảnh hưởng đến hệ thần kinh, đặc biệt là hệ thần kinh của những người này. Họ cần chú ý các vấn đề tiêu hóa do căng thẳng, căng cứng, chuột rút, nói lắp, mất ngủ và ác mộng. Điều đặc biệt là họ nhạy cảm với các vấn đề liên quan đến cổ họng, ống phế quản, mũi và mắt. Một vài người trong số họ sẽ thường có trải nghiệm những giấc mơ đặc biệt đầy sáng suốt, hay thức tỉnh trong mơ. Gò Thuỷ Tinh khi được xem xét với đường Tâm Đạo với những yếu tố không thuận lợi, họ nên có xu hướng mở lòng hơn với gợi ý tinh thần liên quan đến sức khỏe, đặc biệt là tinh thần. Tránh việc cực đoan trong đời sống, hay lạm dụng những loại dược liệu kì lạ khiến sức khoẻ họ ảnh hưởng. Niềm tin cũng là điều quan trong trong đời sống của họ. Thực hành những liệu pháp chữa trị tinh thần kết hợp với vận động nhẹ và môi trường thiên nhiên trong lành sẽ thúc đẩy sự chữa lành nội tâm và sức khoẻ của người mang yếu tố Gò Thuỷ Tinh.

Những sự kết hợp cùng Gò Thuỷ Tinh và Vùng Song Tử:

Trong Vùng Song Tử, Gò Thuỷ Tinh vượng đi cùng với đường Trí Đạo rõ ràng và có biểu tượng ngôi sao: Kết hợp này cho thấy năng lực trí tuệ mạnh mẽ và tiềm năng thành công trong các lĩnh vực liên quan đến giao tiếp, kinh doanh và sự nhanh nhạy về tinh thần. Cá nhân có tiềm năng sở hữu tư duy nhanh nhạy, hóm hỉnh và tài hùng biện. Biểu tượng ngôi sao còn nâng cao khả năng toả sáng của họ trong lĩnh vực họ đã chọn, thu hút sự công nhận và cơ hội thăng tiến. Ngược lại, với Gò Thuỷ Tinh suy hay đường Trí Đạo mờ nhạt, bị cắt gãy thì họ vẫn có sự thành công nhưng phải vất vả mệt mỏi với suy nghĩ của mình, thiếu sự hỗ trợ từ người khác do tính khí.

Gò Thuỷ Tinh vượng với đường Tâm Đạo và biểu tượng chữ thập: Kết hợp này cho thấy bản chất tình cảm mạnh mẽ và sự nhạy cảm. Cá nhân có thể đã nâng cao trực giác và khả năng đồng cảm, khiến họ nhạy bén trong việc hiểu được cảm xúc của người khác. Dấu hiệu chữ thập gợi ý rằng họ có thể gặp thử thách hoặc thất bại trong các mối quan hệ hoặc hạnh phúc tình cảm trên đường đời, nhưng tính cách kiên cường của họ giúp họ vượt qua những khó khăn này và học được những bài học quý giá, và hướng đến kết quả tốt đẹp. Ngược lại, với Gò Thuỷ Tinh suy hay đường Tâm Đạo mờ nhạt, bị cắt gãy thì họ vẫn có khả năng kể trên, nhưng bị suy yếu và trở nên nhạy cảm đầy tiêu cực do không thể học được cách chọn lọc với môi trường xung quanh.

Gò Thuỷ Tinh với đường Mệnh Đạo và biểu tượng Đảo: Kết hợp này cho thấy một con đường sự nghiệp phức tạp và đầy sóng gió. Đường Mệnh Đạo chỉ đến định hướng cuộc sống và thành công cá nhân, trong khi biểu tượng Đảo gợi ý những giai đoạn bất ổn hoặc trở ngại trong hành trình của đương số. Bất chấp những thách thức này, cá nhân này nếu có Gò Thuỷ Tinh vượng thì sẽ có khả năng sở hữu tinh thần quyết đoán và khởi nghiệp. Họ có thể cần học hỏi, thích nghi và tìm lộ trình thay thế để đạt được mục tiêu của mình. Mặt khác, nếu các yếu tố trên xuất hiện cùng đường đường Tâm Đạo mờ nhạt, bị cắt gãy thì các yếu tố này chỉ đến đời sống tình cảm, tình yêu của đương số dễ gặp thị phi không đáng có, cần tinh thần kiên cường để vượt qua.

Hình thái gò Thuỷ Tinh: Bình thường: Yêu thích khoa học, công việc trí óc; năng khiếu kinh doanh và sản xuất; khuynh hướng sống lương thiện và trung thực. Phát triển quá mức: Xu hướng trộm cắp, thích gian dối, cố tình tỏ ra ngu dốt; tính cách mưu mô và hai mặt. Thiếu hụt: Không có khả năng về khoa học, kinh doanh; cuộc sống vô dụng.

VÙNG CỰ GIẢI (CANCER AREA) VÀ GÒ THÁI ÂM HẠ (GÒ HẠ HUYỀN) HAY GÒ NGUYỆT TINH (MOUNT OF NEW MOON)

Gò Mặt Trăng, hay còn được gọi là Gò Thái Âm, nằm ở gốc bàn tay dưới Đường Trí đạo. Gò này liên quan đến mọi thứ liên quan đến khả năng tưởng tượng, tính chất nghệ thuật và cảm xúc, sự lãng mạn, lý tưởng, thơ ca, thay đổi dịch chuyển, du lịch, v.v. Gò này có thể được coi là vượng khi nó nhô cao hoặc phát triển tốt, và khi chủ thể được sinh ra trong khoảng từ ngày 21 tháng 6 đến ngày 20 tháng 7 và cho đến ngày 27 tháng 7. Những người có gò này khi vượng được ban tặng trí tưởng tượng mạnh mẽ, tô điểm cho mọi thứ họ làm hoặc nói. Họ rất lãng mạn, thuần khiết cảm xúc trong mong muốn của họ, và không chịu nhiều ảnh hưởng bởi bản chất đam mê hay nhục dục do Gò Kim Tinh ở phía đối diện của lòng bàn tay mang lại. Thông thường, họ có khả năng sáng tạo được phát triển tốt và thành công trong các ngành nghề họ tham gia. Tuy nhiên, họ có xu hướng đầu cơ hoặc đánh cược ngay cả với cơ hội của mình, trong chứng khoán, kinh doanh hoặc bất cứ thứ gì họ tham gia. Mặc dù trí tưởng tượng của họ phong phú, họ thường đạt được thành công lớn và kiếm tiền trong kinh doanh. Một số nhà tài chính vĩ đại và lãnh đạo các tổ chức lớn được sinh ra trong giai đoạn này và cũng có Gò Mặt Trăng phát triển rất cao trên bàn tay. Người ta đã nói rằng "*những gì người ta nhìn thấy trong giấc mơ thì sẽ đạt được trong thực tế*", nhưng thực tế cho thấy những người giàu trí tưởng tượng là những người thành công nhất trong tất cả các tầng lớp. Trí tưởng tượng có thể là một tên gọi khác của Cảm hứng. Những người sinh ra với ảnh hưởng vượng này hiếm khi bị bó buộc bởi bất kỳ quy tắc cứng nhắc hoặc quy ước nào. Họ yêu thích những gì mới mẻ trong mọi thứ, và có lẽ vì lý do này, họ yêu thích du lịch và thay đổi, và nhìn chung đã đi qua phần lớn những nơi mới mẻ trong cuộc sống. Sự thay đổi theo mọi cách ảnh hưởng đến sự nghiệp của họ cũng như cuộc sống của họ. Ngay cả những người thành công trong ảnh hưởng của gò Mặt Trăng, cũng có nhiều thăng trầm hơn hầu hết bất kỳ lớp người nào khác.Tuy nhiên, họ hiếm khi khuất phục trước những thử thách của Số phận. Trí tưởng tượng của họ có thể giúp họ vượt qua khó khăn, và họ hiếm khi chán nản hoặc buồn lòng trong thời gian dài. Các nhà phát minh, một số lượng lớn nghệ sĩ, nhạc sĩ và nhà soạn nhạc được tìm thấy nhiều trong số những người thuộc tuýp này, và gần như không có ngoại lệ, họ yêu thích những thứ huyền bí và huyền thuật, giấc mơ và ảo ảnh của họ nhìn thấy là sống động và có xu hướng chân thật.

Những người sinh ra trong sự ảnh hưởng của gò Mặt trăng nên hết sức cẩn thận với những người họ kết giao, vì họ cực kỳ nhạy cảm với từ tính của người khác. Họ nên tránh kết hôn sớm trong cuộc đời trừ khi họ hoàn toàn chắc chắn rằng mình đã gặp được người phù hợp. Bản chất của những người này đều thay đổi và phát triển nhanh chóng, và họ có xu hướng mạnh mẽ rời xa với những người họ kết giao trong thời thơ ấu. Đối với các đối tác kinh doanh cũng vậy; họ nên càng độc lập càng tốt, hoặc nếu thành lập quan hệ đối tác, họ không nên bị ràng buộc hoặc hạn chế, và luôn có điều khoản cho phép giải thể quan hệ đối tác khi nó trở nên phiền toái.

Gò này được coi là suy khi nó xuất hiện rất phẳng trên bàn tay, và cũng có thể được coi là suy khi người ta sinh ra vào các ngày từ ngày 21 tháng 1 đến ngày 20 tháng 2, và ở mức độ nhẹ hơn, cho đến khoảng ngày 27 tháng 2.Những người sinh ra giữa các ngày này có khả năng tư duy tốt, nhưng khả năng tưởng tượng của họ hiếm khi được thể hiện nhiều như trường hợp mạnh mẽ của giai đoạn vượng. Những người này, ngược lại, là những người giải quyết vấn đề cuộc sống, hoặc vấn đề liên quan đến tổ chức kinh doanh một cách nhẹ nhàng và êm thấm, và cũng xuất sắc trong tất cả các hình thức công việc chính phủ. Họ làm những người đứng đầu các bộ phận với vai trò tuyệt vời và nhanh chóng và dễ dàng nâng cao mình đến bất kỳ vị trí nào.họ có tinh thần cao cả và có quan điểm rất rõ ràng về tình yêu, trách nhiệm và cuộc sống xã hội. Họ nỗ lực lớn để làm điều tốt cho người khác, nhưng như một quy tắc, công việc tốt nhất của họ được thực hiện để giúp đỡ đám đông hơn là cá nhân. Họ rất tốt bụng và thích giúp đỡ khi có thể, nhưng đồng thời họ cũng có một sở thích không may là gây ra nhiều kẻ thù, và khi giữ các vị trí trong chính phủ, họ thường bị tấn công mạnh mẽ nhất bởi những người đối lập.Công việc của họ hiếm khi được công nhận và khen thưởng xứng đáng cho đến khi họ rời khỏi lĩnh vực ảnh hưởng của mình. Họ thường là những nhà hùng biện xuất sắc, nhưng chủ yếu dựa vào cách nói chuyện thẳng thắn theo cách riêng. Họ là những người bạn tận tụy và trung thành một khi tình bạn của họ được nhen nhóm, nhưng đồng thời họ lại cực kỳ nhạy cảm và dễ bị tổn thương bởi những người họ quan tâm. Họ có xu hướng mạnh mẽ về tôn giáo và thường đưa quan điểm tôn giáo của mình vào mọi việc họ làm. Họ có nguy cơ trở nên quá cuồng tín, và khi bị phản đối, họ trở nên cực kỳ ngoan cố, bảo thủ và khó quản lý cảm xúc. Trách nhiệm nặng nề đối với người khác phù hợp với họ nhất, đặc biệt nếu trách nhiệm đó nằm ở dạng công việc của chính phủ, hoặc ở một số vị trí quản lý.

Gò Mặt trăng chủ yếu có xu hướng với các vấn đề liên quan đến nước và các bệnh viêm nhiễm. Ở tuổi thơ, họ dễ bị đau đầu do nước, các cơn đau dạ dày và tiêu chảy, và sau này trong cuộc đời dễ có khuynh hướng viêm phổi và ngực, viêm màng phổi và sưng nước.

Những người này thường lo lắng đến mức gây tổn hại cho sức khỏe của họ. Họ làm việc quá độ và gây ra suy nhược thần kinh, rung động và yếu tim, và thường xuyên bị liệt. Họ gặp vấn đề với thần kinh dạ dày, axit trong máu, bệnh thấp khớp, bệnh gan, và gút. Họ đặc biệt dễ gặp tai nạn với các bộ phận chân, mắt cá…Họ nên cẩn trọng khi đi du lịch bằng đường thủy, vì họ dễ gặp nguy hiểm nghiêm trọng về đuối nước sớm muộn.

Trong Vùng Cự Giải, khi Gò Mặt Trăng phát triển mạnh và hài hòa với đường Trí Đạo, cùng với biểu tượng ngôi sao, cho thấy sự linh hoạt tinh thần mạnh mẽ và tiềm năng thành công trong việc giao tiếp, kinh doanh và sự nhạy bén về tinh thần và nắm bắt cảm xúc. Những người này có khả năng sở hữu tư duy nhanh nhạy, hóm hỉnh và tài hùng biện. Biểu tượng ngôi sao cũng tăng cường khả năng tỏa sáng của họ trong lĩnh vực họ chọn, thu hút sự công nhận và cơ hội thăng tiến. Tuy nhiên, nếu Gò Mặt Trăng suy yếu hoặc đường Trí Đạo không rõ ràng, bị cắt đứt, họ vẫn có thể thành công nhưng cần phải làm việc vất vả hơn vì thiếu sự ủng hộ từ người khác do tính cách khá độc lập của họ.

Khi Gò Mặt Trăng phát triển mạnh và hòa hợp với đường Tâm Đạo cùng biểu tượng chữ thập, thể hiện bản tính tình cảm mạnh mẽ và sự nhạy cảm. Cá nhân này có thể nâng cao khả năng trực giác và đồng cảm, giúp họ hiểu rõ hơn về cảm xúc của người khác. Biểu tượng chữ thập ngụ ý rằng họ có thể gặp khó khăn hoặc thất bại trong mối quan hệ hoặc hạnh phúc tình cảm, nhưng sự kiên trì của họ giúp họ vượt qua và học được bài học quý giá, hướng tới kết quả tích cực. Ngược lại, nếu Gò Mặt Trăng yếu hoặc đường Tâm Đạo không rõ ràng, bị cắt đứt, họ có thể trở nên nhạy cảm tiêu cực và khó gần, tự lừa dối mình.

Khi Gò Mặt Trăng kết hợp với đường Mệnh Đạo và biểu tượng Đảo, cho thấy một sự nghiệp phức tạp và đầy thách thức. Đường Mệnh Đạo chỉ đến hướng đi và thành công cá nhân, trong khi biểu tượng Đảo gợi ý những giai đoạn khó khăn hoặc trở ngại trong hành trình của cuộc đời. Dù gặp phải những thách thức, những người này nếu có Gò Mặt Trăng mạnh mẽ thì có khả năng sở hữu tinh thần quyết đoán và khởi nghiệp. Họ có thể cần học hỏi, thích nghi và tìm đường đi mới để đạt được mục tiêu. Ngược lại, nếu Gò Mặt Trăng yếu hoặc đường Mệnh Đạo không rõ ràng, bị cắt đứt, những yếu tố này chỉ ảnh hưởng đến mặt tình cảm của cuộc đời, khiến cuộc sống tình cảm trở nên khó khăn, đòi hỏi sự kiên nhẫn và sức mạnh tinh thần.

Hình thái của gò Mặt Trăng: Bình thường: Trí tưởng tượng, tính cách u sầu nhẹ nhàng, khát vọng trong sáng; đa sầu - đa cảm. Phát triển quá mức: Thói quen thất thường, hy vọng luôn bị đánh lừa, tinh thần bất ổn, loạn não. Thiếu hụt: Trí tưởng tượng kém, ý tưởng thiếu sức hút.

Từ khoá: tương ứng với Mặt Trăng. Đại diện cho Cha mẹ, Tổ Tiên, Nhà Cửa và Gia Đình, Tưởng Tượng, Mơ Mộng, Sự Lạnh Lùng, Ích Kỷ, Lãng Mạn, Sự Thay Đổi.

VÙNG SƯ TỬ (LEO AREA) VÀ GÒ THÁI DƯƠNG HAY GÒ MẶT TRỜI (MOUNT OF APOLLO)

Từ khoá: tương ứng với Mặt trời. Trẻ em và Di Sản. Niềm Vui. Nam giới, Tài Năng, Mỹ Thuật, Sáng Tạo, Hạnh Phúc, Thành Công, Sự Tài Năng, Sự Sinh Sản, Sự Thành Công.

Gò Mặt Trời nằm dưới gốc ngón tay áp út. Người Hy Lạp cũng gọi Gò này là Gò Apollo. Khi gò này vượng hoặc phát triển tốt, nó biểu thị vinh quang, sự thành công, mong muốn tỏa sáng trước những người khác. Nó luôn được coi là một khu vực tốt để có được sự thành công to lớn.Nó cũng biểu thị sự nhiệt tình đối với cái đẹp trong mọi thứ, cho dù người ta theo đuổi một ngành nghệ thuật hay không. Những người có gò này vượng, ngay cả khi họ thành công trong cuộc sống ở các lĩnh vực khác, cũng sẽ xây dựng những ngôi nhà đẹp hoặc có môi trường nghệ thuật theo kiểu nào đó. Họ cũng có tính cách cởi mở, hào phóng và sang trọng trong mọi sở thích. Họ bản chất vui tươi và sáng sủa, có tính cách mạnh mẽ, hạnh phúc, may mắn. Gò này có thể được coi là vượng khi chủ thể được sinh ra trong khoảng từ ngày 21 tháng 7 đến ngày 20 tháng 8, và thường cho đến ngày 28 của tháng này, phần của cung hoàng đạo này được gọi là "Nhà Mặt Trời". Những người này đại diện cho sức mạnh trái tim của loài người, và theo đó, họ rộng lượng và đồng cảm ngay cả đến mức cực đoan. Họ có sức mạnh to lớn về tính cách và cá tính, và ngay cả khi bị hoàn cảnh buộc phải tồn tại trong nghịch cảnh của cuộc sống, họ vẫn đóng một vai trò khác biệt với những người khác, và tính cách rõ ràng, sắc nét của họ chắc chắn sẽ thể hiện rõ ràng. Trên thực tế, họ là những người rất biết đồng cảm, mặc dù họ thường che giấu phẩm chất này do ý thức mạnh mẽ về việc cố gắng buộc mọi người làm điều đúng đắn đối với người khác. Họ không thương xót cho những kẻ "yếu đuối" hoặc những kẻ trốn tránh sự thật, và với sự thẳng thắn tàn nhẫn, họ thậm chí sẽ tố cáo chính con cái của mình nếu họ thấy chúng sa vào con đường xấu xa. Họ thể hiện lòng trung thành tuyệt vời nhất nếu bất kỳ người bạn nào của họ bị tấn công, đặc biệt là nếu theo cách hèn hạ. Họ yêu mãnh liệt và họ cũng ghét mãnh liệt. Con đường của họ không phải là con đường trung dung, vì họ phải ở một trong hai thái cực.

Mặc dù thích trung thực và có bản chất trung thực, họ lại thường bị lừa dối khủng khiếp, theo cách nói khác, họ sẽ bị che khuất bởi sự lừa dối và gian dối của người khác như mặt trời lặn vào mây. Nhiều người trong số những người này, những người đã cổ vũ cho người khác, những người đã mang ánh nắng chan hòa của lòng tốt vào trái tim của người khác, lại không thể tự cổ vũ mình khi hoàng hôn buông xuống, vì vậy họ thường trở thành nạn nhân của sự u ám và u sầu, và nhiều người trầm cảm vì mặt tối cuộc sống. Trong số các đặc điểm nổi bật khác, những người này cực kỳ kiêu hãnh và thà chết chứ không quy luỵ người khác. Họ cực kỳ dễ bị tổn thương bởi lòng kiêu hãnh và nhạy cảm bất thường. Sự nóng nảy và bốc đồng, họ tạo ra nhiều kẻ thù, và khi tham gia vào đời sống công cộng, nơi họ thường phù hợp, họ thường thấy mình bị tấn công dữ dội theo cách vô đạo đức nhất.

Gò Mặt Trời có thể được coi là suy khi chủ thể được sinh ra trong khoảng từ ngày 21 tháng 1 đến ngày 18 tháng 2 và trong bảy ngày sau đó. Trong trường hợp này, họ thành công hơn nhiều khi quản lý cho người khác hơn là cho chính mình. Họ thường được tìm thấy những điều tích cực nhất trong các kế hoạch cứu trợ tất cả những người gặp khó khăn và vì những gì họ tin là lợi ích cho công cộng. Họ cũng thường được tìm thấy trong các vị trí lãnh đạo. Thông thường họ ủng hộ "kẻ yếu thế", và khiến mình bị lạm dụng và ghét bỏ bởi tầng lớp giàu có và quyền lực hơn. Hoàn toàn ngược lại với kiểu vượng, những người này hiếm khi hoặc không bao giờ chịu lùi bước trong cảm xúc; ngược lại, họ có thể chịu đựng bất kỳ kiểu hi sinh hay đau khổ nào. Họ được cổ vũ bởi cảm giác đã hoàn thành trách nhiệm với đồng loại, và cảm giác này dường như giúp họ vượt qua tất cả những thất vọng, mất mát hoặc tấn công vào danh tiếng của họ.

Sức khoẻ: Những người có Gò Mặt Trời vượng, có khả năng mắc các vấn đề về đau đớn, nhịp tim không đều và rắc rối về tim, đầu và tai; với viêm nhiễm của mắt, thận và sưng và tổn thương đến chân. Những người có Gò Mặt Trời suy chủ yếu bị đau dạ dày và các cơ quan nội tạng, đồng thời lưu thông máu kém, mất nhiệt tự nhiên, và mắc các bệnh về gan và thận. Họ cũng dễ bị tai nạn cho xương, đặc biệt là chi, đầu gối và mắt cá chân. Khí hậu rất khô và nhiều ánh nắng mặt trời là biện pháp bảo vệ tốt nhất của họ chống lại tất cả các bệnh tật.

Những sự kết hợp cùng Gò Mặt Trời và Vùng Sư Tử:

Gò Mặt Trời vượng cùng với đường Trí Đạo rõ ràng và biểu tượng ngôi sao: Kết hợp này chỉ ra sức mạnh trí tuệ mạnh mẽ và tiềm năng thành công trong việc giao tiếp, kinh doanh và sự nhanh nhạy về tinh thần. Cá nhân có khả năng sở hữu tư duy nhanh nhạy, hóm hỉnh và tài hùng biện. Biểu tượng ngôi sao cũng tăng cường khả năng tỏa sáng của họ trong lĩnh vực họ đã chọn, thu hút sự công nhận và cơ hội thăng tiến. Tuy nhiên, nếu Gò Mặt Trời suy hay đường Trí Đạo mờ nhạt, bị cắt gãy, họ vẫn có thể thành công nhưng phải đối mặt với những khó khăn và thiếu sự hỗ trợ từ người khác do tính khí.

Gò Mặt Trời vượng với đường Tâm Đạo và biểu tượng chữ thập: Kết hợp này cho thấy bản chất tình cảm mạnh mẽ và sự nhạy cảm. Cá nhân có thể đã nâng cao trực giác và khả năng đồng cảm, khiến họ nhạy bén trong việc hiểu được cảm xúc của người khác. Dấu hiệu chữ thập gợi ý rằng họ có thể gặp thử thách hoặc thất bại trong các mối quan hệ hoặc hạnh phúc tình cảm trên đường đời, nhưng tính cách kiên cường của họ giúp họ vượt qua những khó khăn này và học được những bài học quý giá, và hướng đến kết quả tốt đẹp. Tuy nhiên, nếu Gò Mặt Trời suy hay đường Tâm Đạo mờ nhạt, bị cắt gãy, họ có thể trở nên nhạy cảm và dễ bị suy yếu do không thể học được cách chọn lọc với môi trường xung quanh.

Gò Mặt Trời với đường Mệnh Đạo và biểu tượng Đảo: Kết hợp này chỉ ra một con đường sự nghiệp phức tạp và đầy sóng gió. Đường Mệnh Đạo chỉ đến định hướng cuộc sống và thành công cá nhân, trong khi biểu tượng Đảo gợi ý những giai đoạn bất ổn hoặc trở ngại trong hành trình của đương số. Dù gặp khó khăn, nếu Gò Mặt Trời vượng, họ có khả năng sở hữu tinh thần quyết đoán và khởi nghiệp. Mặt khác, nếu các yếu tố trên xuất hiện cùng đường đường Tâm Đạo mờ nhạt, bị cắt gãy, họ có thể gặp thị phi và cần tinh thần kiên cường để vượt qua.

Hình thái của gò Mặt Trời: Bình thường: Yêu thích nghệ thuật đẹp và những thú vui trí tuệ; yêu tất cả những gì tinh túy và cao quý nhất trong cuộc sống; lòng nhân từ rộng khắp, thanh thản, giàu có. Phát triển quá mức: Yêu tiền quá mức, thích phô trương, nổi tiếng bằng mọi giá. Thiếu hụt: Cuộc sống vật chất, tính cách thực tế; thờ ơ với những vấn đề liên quan đến "nghệ thuật đẹp và trí tuệ"; cuộc sống đơn điệu.

VÙNG XỬ NỮ (VIRGO AREA) VÀ TAM GIÁC SỐ PHẬN (TRIANGULUM)

Từ khoá: Tương ứng với Xử Nữ. Sức khoẻ, Năng lượng, Hoạt động chủ động lẫn bị động.

Tam giác (Triangulum) vùng Xử Nữ được tạo thành từ ba yếu tố là Mặt Trăng - Trái Đất/ Đồng bằng Trái Đất - Sao Hỏa / Đồng bằng Sao Hỏa), hay Tam giác lớn được tạo thành bởi các đường Trí, Mệnh và Sinh.

Tam giác này càng lớn, sức khỏe càng tốt, vì lí do là Đường Mệnh đạo sẽ được di chuyển xa hơn khỏi Đường Sinh đạo. Quan điểm về cuộc sống cũng sẽ rộng lớn hơn và lĩnh vực hoạt động như là không bị giới hạn. Khi góc trên (được tạo bởi Đường Trí đạo và Đường Mệnh đạo) là nhọn, chủ thể sẽ trở nên càng dễ bị căng thẳng, nhút nhát và nhạy cảm. Các nhà chỉ tay Ấn Độ còn xem khu vực này có liên quan đến gò Rahu trong hai điểm Rahu Ketu, mà trong thuật ngữ Việt Nam thường gọi là La Hầu và Kế Đô. Tam giác lớn được coi là một dấu hiệu có lợi, cho thấy sự cân bằng và hòa hợp trong cuộc sống của một người. Người ta cho rằng nó đại diện cho sự cân bằng giữa trí tuệ (đường Trí), thân xác (đường sinh) và vận mệnh (đường định mệnh). Người vượng khu vực này thường học hỏi dễ dàng và không phải nỗ lực nhiều để có kiến thức; họ dường như tiếp thu kiến thức một cách tự nhiên. Họ dễ dàng có được khả năng ngôn ngữ và hùng biện, là những nhà văn lưu loát nhưng thường trở nên hoài nghi, lạnh lùng và không tha thứ khi bị tổn thương. Họ là những người cực đoan trong vấn đề ăn uống và coi vệ sinh là một mốt. Họ thường tưởng tượng rằng mình mắc mọi bệnh tật có thể tưởng tượng được, bởi vì Xử Nữ là cung thứ sáu và có một mối quan hệ nhất định với nhà số sáu, biểu thị sức khỏe và bệnh tật. Khi vùng Tam giác này vượng, cho thấy một người làm việc nhanh nhẹn, năng động, có khả năng thăng tiến lên vị trí cao trong khi làm việc cho người khác. Do đó, công ty càng lớn thì cơ hội thăng tiến càng tốt. Nhưng họ không nên cố gắng tự mình kinh doanh, vì những người có dấu hiệu này luôn thành công hơn khi làm việc cho người khác. Tuy nhiên, nhược điểm là dễ xảy ra rắc rối và tranh cãi với đồng nghiệp hoặc cấp trên. Nếu người đó đang ở vị trí chủ lao động, họ sẽ luôn bất hòa với nhân viên và có thể bị thua lỗ do trộm cắp và gian dối của nhân viên. Nhân viên sẽ lãng phí hàng hóa của họ và không quan tâm đến lợi ích của họ. Theo Rosa Baughan trong cuốn The Handbook of Palmistry: Nếu các góc bằng nhau và các đường có màu sắc đẹp, điều đó biểu thị một tính cách tốt về cả tinh thần và thể chất, đồng thời cũng có sức khỏe tốt, lòng dũng cảm, danh tiếng tốt và một cuộc sống trường thọ và hạnh phúc. Khi các góc của Tam Giác không được xác định rõ ràng, nó biểu thị một người ngu dốt và tầm thường, người sẽ không vượt lên trên mức trung bình. Khi Tam Giác rộng và được xác định rõ ràng, nó biểu thị sự rộng lượng và cao thượng. Khi nó hẹp, nó biểu thị sự tham lam, hèn nhát và nghèo khó. Nếu một bàn tay hoàn toàn không có Tam Giác, nó báo trước nhiều điều xấu, tuổi thọ ngắn và nhiều bệnh tật. Một hình chữ X trong Tam Giác cho thấy tính cách hay cãi nhau.

Sức khoẻ: Khu vực này là dấu hiệu của các vấn đề gây ra bởi các bệnh sốt, viêm nhiễm, nguy cơ bị bỏng, bỏng do nước sôi và súng đạn, tai nạn trong quá trình làm việc. Tam giác đi với các yếu tố khác cũng được cho là mang lại xu hướng mắc các bệnh liên quan đến đường ruột và bụng, bao gồm: Bệnh thương hàn, Viêm ruột, Viêm phúc mạc, Giun sán, Tiêu chảy, Viêm ruột thừa...

Kết hợp giữa vùng Xứ Nữ và Tam giác lớn:

Một Tam giác rõ ràng với đường Mệnh mạnh mẽ: Điều này được cho là gợi ý rằng người đó có một con đường rõ ràng trong cuộc sống và sẽ đạt được mục tiêu của họ.

Tam giác với đường Tâm rõ nét: Điều này được cho là chỉ ra rằng người đó có sự cân bằng tốt giữa mặt tình cảm và lý trí.

Một Tam giác với đường Trí rõ nét: Điều này được cho là gợi ý rằng người đó logic và suy nghĩ thấu đáo.

VÙNG THIÊN BÌNH (LIBRA AREA) VÀ VÀNH ĐAI KIM TINH (GIRDLE OF VENUS)

Từ khoá: Tương ứng với màng Kim Tinh (Middle Of Girdle Of Venus). Tình cảm và lý trí. Đối tác, Hợp tác. Tư duy, Cảm thông, Thấu hiểu. Tinh thần khoa học và tôn giáo. Quyết đoán và Cân nhắc.

Vùng Thiên Bình hay còn được gọi là màng Kim tinh hay vùng Tứ Giác, như tên gọi của nó, là khoảng trống nằm giữa các Đường Trí và Đường Tâm. Để được xem là vượng, nó phải có hình dạng cân bằng và không được hẹp ở hai đầu.Khi được thể hiện theo cách này, nó biểu thị sự cân bằng trong phán đoán, tính cách điềm đạm trong mọi việc, và là một dấu hiệu tuyệt vời trên bàn tay.

Người có vùng Thiên Bình vượng có tình cảm vợ chồng cực kỳ mãnh liệt, mạnh mẽ đến mức nó lấn át tất cả những mối quan tâm khác.người có vùng Sư Tử vượng yêu gia đình của họ, nhưng trái tim của họ cũng chứa cả thế giới bên ngoài; không giống như Thiên Bình; họ sẵn sàng hy sinh bất cứ điều gì để mang lại sự thoải mái cho những người trong vòng tròn gia đình trực tiếp của họ,nhưng họ cũng sẵn sàng hy sinh bất kỳ gia đình nào khác vì lợi ích của mình, nếu cần thiết.

Khu vực này đại diện cho khuynh hướng hoặc thái độ tinh thần của một người đối với những người đồng loại của mình. Khi cực kỳ hẹp, nó biểu thị sự hẹp hòi về quan điểm và cố chấp về niềm tin và tôn giáo. Khi quá rộng, nó biểu thị sự thiếu phán đoán trong mọi việc và quá thoáng về đánh giá lỗi lầm, khuyết điểm, ích lợi của người khác. Theo Cheiro, Màng Kim Tinh hay Vành Đai Sao Kim là đường nét hình bán nguyệt, đôi khi đứt đoạn, đôi khi liền mạch, bắt đầu từ gốc của ngón trỏ đến gốc của ngón áp út. Mà theo kinh nghiệm của ông, dấu hiệu này không chỉ thiên hướng về dục vọng thô tục như nhiều tác giả khác thường gán ghép cho nó. Cần nhớ rằng bàn tay được chia thành hai bán cầu bởi Đường Trí Tuệ, phía dưới và phía trên. Phía dưới liên quan đến bản năng thể chất hoặc bản năng động vật, phía trên liên quan đến trí tuệ. Theo sự sắp xếp này, chỉ hợp lý khi cho rằng dấu hiệu đang được xem xét, tức là Vành Đai Sao Kim, liên quan nhiều hơn đến mặt tinh thần của biểu tượng bản năng Sao Kim. Ông chỉ ra những người có dấu hiệu này thường đam mê tình dục nhiều hơn về mặt tinh thần so với thể chất. Họ thích đọc hoặc viết sách về *"vấn đề tình dục"*, nhưng họ không có xu hướng đưa lý thuyết và ý tưởng của mình vào thực tế, ít nhất là với cuộc sống riêng của họ. Tuy nhiên, những phẩm chất mà dấu hiệu này đại diện trở nên năng động và nguy hiểm hơn nhiều khi Vành Đai này hình thành từ Gò Thổ Tinh đến Gò Thủy Tinh. Trí tưởng tượng của những người như vậy trở nên bệnh hoạn và không lành mạnh. Khi bị đứt đoạn hoặc được tạo thành từ nhiều mảnh nhỏ, Vành Đai Sao Kim hầu như không có ý nghĩa gì ngoại trừ việc thể hiện tính khí cuồng loạn. Những người này trong mọi trường hợp đều phải chịu đựng rất nhiều cảm xúc thất thường, họ rất khó chung sống, và khi Vành Đai Sao Kim chạy ra khỏi cạnh bàn tay và đi qua các Đường Hôn Nhân, bản chất hay thay đổi, thất thường của họ thường khiến hôn nhân trở thành một trải nghiệm bất hạnh bất thường đối với họ. Với sự ảnh hưởng của Gò Thổ tinh, họ sẽ thể hiện như những người theo "cảm xúc", bởi vì Thổ tinh tạo ảnh hưởng ở đây và gây sức nặng lên tâm trí; những thay đổi diễn ra đột ngột và cực đoan; họ có thể theo đuổi một trào lưu nào đó với nhiều nhiệt tình như thể cuộc sống của họ phụ thuộc vào nó, và sau đó, đột ngột từ bỏ nó và bắt đầu một thứ hoàn toàn đối lập. Không có bất kỳ sự nửa vời nào trong sự dao động của cán cân. Do bản chất thích thay đổi, họ dễ thích nghi với hoàn cảnh và không phiền lòng vì thất bại, mà bắt tay vào việc khôi phục vận may của mình với sự nhiệt tình và sức sống. Khi có những dấu hiệu tốt ở khu vực này, đây là một trong những dấu hiệu cho thấy một cuộc hôn nhân sung mãn, hòa hợp hoặc quan hệ đối tác thành công. Nó mang lại khả năng âm nhạc hoặc nghệ thuật và khiến người đó nổi tiếng trong cuộc sống cộng đồng. Nếu là diễn giả hoặc ca sĩ, họ luôn đảm bảo được sự đón nhận của khán giả mỗi khi xuất hiện trước công chúng.

Theo Rosa Baughan trong cuốn The Handbook of Palmistry: Khi rộng, nó biểu thị một người rộng lượng, dũng cảm, có nhiều lòng tự trọng, người sẽ đạt được những chức vụ cao nhất trong nghề nghiệp và vị trí trong cuộc sống. Những người có Tứ Giác hẹp thì tham lam và lừa dối, do đó không đáng tin cậy trong tất cả các mối quan hệ kinh doanh. Một ngôi sao ở giữa Tứ Giác cho thấy danh dự và phẩm giá, và một đường từ Gò Thủy chạy xuống trung tâm của Tứ Giác cho biết tình bạn với những người vĩ đại, và danh dự và sự khác biệt lớn từ những tình bạn này. Ở khu vực Tứ Giác này, theo các kinh nghiệm dân gian khác: khi Tứ Giác lõm sâu biểu thị một bản chất cực kỳ nhạy cảm và căng thẳng, hay Tứ Giác có nhiều đường kẻ cho thấy một người bị ràng buộc bởi những lo lắng của họ, Tứ Giác có hình dạng đồng hồ cát hẹp, như thể bị chèn ép, cho thấy những năm tháng thử thách và xung đột nhất đối với người đó. Mặt khác, vùng Tứ Giác theo truyền thống được cho là thể hiện kỹ năng về huyền thuật hoặc nghệ thuật ngoại cảm. Nếu một cạnh của Tứ giác được tạo thành bởi đường Mệnh, thì toàn bộ cuộc đời của người đó được cho là bị ảnh hưởng bởi năng khiếu ngoại cảm của họ. Rất nhiều người có những kỹ năng này nhưng không sử dụng chúng.

Sức khoẻ: Khu vực này báo hiệu các vấn đề sức khoẻ liên quan đến Kim tinh, nó có thể biểu hiện thành các vấn đề về thận và tiết niệu, chẳng hạn như thiểu niệu (Nồng độ các chất thải trong máu tăng cao do thận không thể lọc máu đúng cách) và đa niệu (đi tiểu thường xuyên hoặc đi tiểu quá nhiều trong một ngày). Mặt khác, nếu xung khắc với các yếu tố Bạch Dương sẽ có khuynh hướng liên quan đến đau đầu. Mặc dù đau đầu thường không trực tiếp liên quan đến Sao Kim, một số truyền thống đề cập đến "mối tương quan với Bạch Dương". Trong chiêm tinh học, Bạch Dương được liên kết với đầu. Do đó, lý do được đưa ra ở đây là các vấn đề về thận ở màng Kim tinh bị suy và xung có thể ảnh hưởng đến đầu theo một cách phản xạ, gây ra đau đầu.

VÙNG BỌ CẠP (SCORPIO AREA) VÀ BÌNH NGUYÊN HOẢ TINH (PLAIN OF MARS)

Từ khoá: tương ứng với đồng Sao Hoả (Plain Of Mars). Cái chết và Sự tái sinh. Chuyển đổi. Di sản và tài sản.

Khu vực vùng Bọ Cạp đại diện cho người luôn kiên định bảo vệ quyền lợi của mình, và không bao giờ khuất phục trước sự áp đặt, mặc dù họ có xu hướng áp đảo người khác. Họ rất thông minh và khéo léo, với lòng dũng cảm không thể khuất phục và năng lượng dồi dào giúp họ vượt qua mọi trở ngại bất kể họ đặt ra mục tiêu gì. Về mặt này, họ rất ích kỷ và sẵn sàng hy sinh bất cứ thứ gì cản đường. Họ luôn lo lắng về những điều có thể xảy ra, nhưng không bao giờ xảy ra, và do đó khiến cuộc sống của những người xung quanh trở nên nặng nề. Sự mỉa mai châm chọc như Bọ cạp luôn ở đầu lưỡi họ, nhưng tình yêu của họ lại mãnh liệt, và khát vọng của họ cao cả. Do đó, có hai bản chất đấu tranh trong người ở khu vực này và họ cần nhiều sự cảm thông và kiên nhẫn từ bạn bè. Trong giờ nguy hiểm, họ không bao giờ nao núng, mà thực hiện những hành động anh hùng bất chấp bản thân đến mức liều lĩnh. Trí óc sắc bén, bình tĩnh và kiên định, họ là những cảnh sát, quân nhân và bác sĩ phẫu thuật giỏi và có thể đảm nhận bất kỳ vị trí nào khác đòi hỏi quyền uy thống trị hoặc kỹ năng sử dụng các công cụ sắc bén. Do đó đàn ông ở khu vực này có thể là những sĩ quan quân đội giỏi và xuất sắc trong lĩnh vực phẫu thuật. Phụ nữ lại là người quản lý gia đình đông đúc. Ở bàn tay của phụ nữ, nó cho thấy người chồng có khả năng kiếm tiền tốt, nhưng lại khá thoải mái và hào phóng với tiền bạc của mình. Nó cũng chỉ ra khả năng thừa kế trong tương lai.

Ở thế vượng của khu vực Bọ Cạp hay đồng Sao Hoả không bị dị hình hay có các yếu tố xung phá báo hiệu lợi ích tài chính thông qua người bạn đời hoặc thừa kế. Trong kinh doanh, nó cũng tốt cho việc kiếm lợi thông qua quan hệ đối tác,kiện tụng hoặc các vấn đề tương tự khác. Ngược lại, khi bị suy hay xung chiếu tình hình tài chính sẽ trở nên tồi tệ hơn sau khi kết hôn do chi tiêu lãng phí của người bạn đời. Quan hệ đối tác kinh doanh và tranh tụng cũng nên tránh vì chắc chắn sẽ thua lỗ. Những người có các yếu tố bệnh tật hay tai nạn ở vị trí này không nên trì hoãn việc lập di chúc vì cái chết thường đến rất đột ngột và bất ngờ.

Sự kết hợp trên khu vực Bọ cạp và bình nguyên hay cánh đồng Sao Hoả:

Đường Mệnh bắt đầu từ giữa đồng Sao Hỏa: Điều này cho thấy thời thơ ấu khó khăn và người đó luôn phải đấu tranh vất vả để đạt được mục tiêu. Nhưng nếu Đường Mệnh rõ ràng và mạnh mẽ, vươn lên từ đồng Sao Hỏa và có nhánh hướng tới Gò Mặt Trời, thì người đó sẽ tự tạo dựng vận may cho mình. Họ sẽ đạt được thành công và tài lộc bằng chính năng lực và sự chăm chỉ của bản thân, mà không cần sự giúp đỡ hay hỗ trợ.

Dấu hiệu Đảo trên đồng Sao Hỏa: Bất kỳ hòn đảo nào trên bất kỳ phần nào của Đồng Bằng Sao Hỏa đều báo hiệu một giai đoạn khó khăn lớn, thất bại trong sự nghiệp và do đó, thường dẫn đến mất tiền.

Nếu Đường Sinh và Đường Tâm cắt nhau trên đồng Sao Hỏa: Điều này có thể cho thấy chủ nhân của bàn tay luôn lo lắng về sức khỏe của mình hàng ngày. Không chỉ vậy, sự xuất hiện của đường Tâm còn cho thấy họ thực sự quan tâm đến vấn đề sức khỏe và dễ xúc động về chúng.

Khu vực Bọ Cạp đi cùng với Gò Thủy vượng khiến chủ thể nhanh trí, sắc bén và nhanh nhẹn, nhưng cũng nóng tính, bốc đồng và dễ bị kích động, dễ đưa ra kết luận vội vàng và hành động trước khi suy nghĩ với hậu quả tất yếu là họ luôn khiến bản thân hoặc người khác gặp rắc rối, do đó họ là những cộng sự nguy hiểm. Họ sinh ra là những kẻ hay quanh co và hoàn toàn không có khả năng đưa ra tuyên bố chính xác. Việc tô vẽ hoặc phóng đại những tuyên bố của họ cũng tự nhiên như thở vậy.

VÙNG NHÂN MÃ (SAGITTARIUS AREA) VÀ GÒ MỘC TINH (MOUNT OF JUPITER)

Từ khoá: Tương ứng với Sao Mộc. Hành trình, triết học, tri thức, may mắn. Sức mạnh, tham vọng, lãnh đạo, tôn giáo, danh tiếng. Bản chất tự nhiên, quyền lực, thống trị.

Gò Sao Mộc, nằm ở gốc ngón trỏ. Khi vượng, nó cho thấy mong muốn thống trị, cai trị và ra lệnh cho người khác, lãnh đạo và tổ chức, và thực hiện một số mục tiêu riêng biệt. Nhưng những phẩm chất tốt này chỉ được sử dụng phù hợp nếu Đường Trí rõ ràng và dài. Khi đường này ngắn và hình dáng xấu thì Gò Sao Mộc bị xung dẫn đến biểu thị sự kiêu hãnh, quá tự phụ, một người tự tin và bảo thủ. Gò này có thể được coi là vượng khi một người được sinh ra trong khoảng từ ngày 21 tháng 11 đến ngày 20 tháng 12, và ở mức độ nhỏ hơn cho đến ngày 28. Những người này thường có tham vọng, không sợ hãi và kiên định trong mọi việc họ thực hiện, nhưng khi hành động theo những động lực của mình, họ thường *"nói quá thẳng thắn"* hoặc thể hiện tham vọng của mình quá rõ ràng, và do đó gây ra sự đối kháng, phản đối và thù địch. Họ tập trung tất cả sự chú ý của mình vào bất cứ điều gì họ đang làm vào lúc này và không thấy cách nào khác ngoài cách của mình, đặc biệt nếu họ cảm thấy ít nhất là phản đối các kế hoạch của họ. Tuy nhiên, họ hầu như luôn đáng tin cậy và có nguyên tắc cao trong mọi việc họ thực hiện và đáp ứng lại bất kỳ sự tin tưởng nào được đặt vào họ. Họ thường cực kỳ trung thực và phẫn nộ trước bất kỳ nỗ lực lừa dối nào, và không ngần ngại khoan dung với bất kỳ nỗ lực lừa dối người khác nào, ngay cả khi hành động như vậy của họ có thể phá hủy kế hoạch của chính họ. Họ có tinh thần kinh doanh tuyệt vời và giỏi mọi vấn đề đòi hỏi tổ chức, dễ dàng trở thành người đứng đầu doanh nghiệp, hoặc giữ các vị trí trách nhiệm trong các văn phòng chính phủ hoặc dưới quyền của chính phủ. Họ hiếm khi trở thành chính trị gia, vì lý do đơn giản là họ không thể chịu đựng được việc tuân theo bất kỳ kế hoạch hay âm mưu nào của đảng phái. Có lẽ họ là những người độc lập nhất trong tất cả các kiểu người khi lựa chọn nghề nghiệp của riêng mình. Chính vì lý do này mà trong thời thơ ấu, những người như vậy là nguyên nhân gây lo lắng và bất an cho cha mẹ họ; nhưng họ nên được phép lựa chọn nghề nghiệp của mình và thậm chí thay đổi nó cả chục lần nếu họ muốn, cho đến khi cuối cùng họ tìm thấy nghề nghiệp thực sự của mình. Sai lầm lớn của lớp người này là họ có xu hướng đi đến cùng cực trong mọi việc, và khi làm như vậy sẽ kiệt sức lực của họ, sau đó lại thay đổi và bay theo một hướng khác. Nhưng trong tất cả các trường hợp, khi Đường Trí được đánh dấu rõ ràng, đặc biệt là khi nằm ngang qua lòng bàn tay, thì không có vị trí hay trách nhiệm nào mà họ không thể đạt được. Biểu tượng của khu vực này cho thấy có hai tầng lớp hoàn toàn khác nhau được sinh ra trong đó. Một, được chỉ định bởi thân hình động vật của Nhân Mã, là những người thẳng thắn "vui chơi", họ là những người ưa thể thao, thích lang thang, thích trò chơi đổi vận may, và sẵn sàng mạo hiểm tất cả để đổi vận may. Lớp còn lại là hoàn toàn đối lập, được tượng trưng bởi phần con người của cung. Đây là con người vượt lên trên bản tính động vật, uốn cong cây cung nguyện vọng và hướng tới không gian vô hạn, biểu thị cho khao khát cao quý nhất của tia lửa bất tử của thần tính sơ khai mà chúng ta gọi là linh hồn.

Gò Sao Mộc có thể được coi là suy khi chủ nhân của bàn tay sinh ra trong khoảng từ ngày 19 tháng 2 đến ngày 20 tháng 3, và ở mức độ nhẹ hơn cho đến ngày 28. Trong trường hợp này, tham vọng mang tính chất tinh thần nhiều hơn là vật chất. Công việc trí não và phát triển trí não là chuyên môn của họ hơn các hình thức nỗ lực khác. Họ dường như sở hữu một loại hiểu biết tự nhiên về mọi thứ và dễ dàng có được tất cả các loại kiến thức về nhiều thứ khác nhau, đặc biệt là lịch sử các quốc gia, chủng tộc, con người, nghiên cứu về địa lý, thực vật và địa chất. Mặc dù có tham vọng về mặt tinh thần, những người này thường rất nhạy cảm và thiếu tự tin đến mức họ gặp khó khăn lớn nhất trong việc thực hiện các kế hoạch của mình và khiến mọi người tin vào các dự án của họ. Chính vì lý do này, họ dường như ngại xuất hiện trước công chúng, và phải đứng sang một bên và chứng kiến người khác nhận được công lao cho những gì thực sự là kế hoạch của họ. Rất nhiều nhà văn, nhà soạn nhạc và nghệ sĩ được sinh ra trong giai đoạn này và thể hiện tất cả các phẩm chất mà nó đại diện. Một lần nữa, Đường Trí rõ ràng và mạnh mẽ, nếu được tìm thấy trên bàn tay, sẽ xác định xem sức mạnh ý chí tinh thần có đủ để khiến kiểu người này vượt qua bản tính nhạy cảm tự nhiên của họ và sử dụng những phẩm chất tuyệt vời mà họ có để thực hiện mục tiêu và hoài bão của họ.

Sức khoẻ: Những người chịu ảnh hưởng của Gò Mộc tinh dễ mắc các bệnh về thấp khớp hoặc liên quan đến viêm lưỡi và họng, mụn nhọt và các bệnh về da. Khi suy, chủ yếu sẽ liên quan các bệnh về chán nản, mất ngủ và cảm giác trầm cảm. Họ cũng bị lạnh trong người, các vấn đề về gan và rất thường bị vàng da. Khí hậu ảnh hưởng rất lớn đến sức khỏe của họ, vì vậy họ nên cố gắng sống trong môi trường sáng sủa, khô ráo và có nhiều không khí, tập thể dục, thay đổi môi trường và đi du lịch thường xuyên.

Kết hợp của vùng Nhân Mã và Gò Mộc tinh:

Gò Mộc vượng và Đường Trí rõ ràng: cho thấy một người có phẩm chất lãnh đạo mạnh mẽ, tư duy chiến lược và khả năng ra quyết định tuyệt vời.

Gò Mộc vượng và Đường Thái Dương rõ nét: nó cho thấy một cá nhân có tiềm năng cao về thành công, danh tiếng và được công nhận trong các hoạt động sáng tạo hoặc nghệ thuật.

Gò Mộc vượng và có biểu tượng Chữ Thập: điều đó cho thấy khả năng lãnh đạo và tham vọng của người đó có thể được thử thách thông qua khó khăn và trở ngại.tuy nhiên, việc vượt qua những thách thức này có thể dẫn đến sự phát triển bản thân và thành công đáng kể.

Hình thái gò Mộc Tinh: Bình thường: Tâm trí yêu thích triết học tôn giáo; tham vọng hướng thượng; niềm vui lành mạnh; danh dự; hạnh phúc gia đình; yêu thiên nhiên. Phát triển quá mức: Mê tín dị đoan; kiêu ngạo quá mức; thích phô trương. Thiếu hụt: Lười biếng; ích kỷ; vô thần; thiếu phẩm giá; khuynh hướng hạ thấp bản thân.

VÙNG MA KẾT (CAPRICORN AREA) VÀ GÒ THỔ TINH (MOUNT OF SATURN)

Từ khoá: Tương ứng với Thổ tinh. Sự Khôn ngoan, Buồn bã, Niềm tin siêu nhiên, Cân bằng, Dự trữ, U uất, Nghiêm túc.

Gò Sao Thổ được tìm thấy ở gốc của ngón giữa. Đặc điểm chính của nó là sự yêu thích cô độc, thận trọng, quyết đoán yên tĩnh, việc nghiên cứu những vấn đề nghiêm túc và sâu kiến, niềm tin vào vận mệnh và vào số phận cuối cùng của mọi thứ. Sự suy yếu của Gò Sao Thổ cho thấy một cách nhìn cuộc sống hơi đùa giỡn, trong khi thế vượng của nó cho biết sự phóng đại của tất cả các đặc điểm mà nó đại diện. Gò Sao Thổ có thể được coi là vượng khi một cá nhân được sinh ra vào các ngày sau đây, từ ngày 21 tháng 12 đến ngày 20 tháng 1, và trong vòng bảy ngày tiếp theo khi giai đoạn này đang phai nhạt và bị chồng lấp bởi giai đoạn tiếp theo. Những người sinh vào những ngày này có ý chí mạnh mẽ và tinh thần, nhưng thường cảm thấy rất cô đơn và cô lập khi đi qua cuộc đời. Họ là con cái của số phận và hoàn cảnh, mà nếu như có sự kiểm soát bản thân, họ dường như tạo ra sự nghiệp của chính mình mà không cần sự hỗ trợ từ người khác và ngược lại.

Về tính cách, họ thường nổi bật với sự độc lập trong suy nghĩ và hành động, họ cũng ghét bị kiềm chế bởi người khác. Đối với lòng tốt và sự đồng cảm, họ sẽ làm gần như mọi thứ, nhưng họ thường cảm thấy cô đơn đến nỗi họ hầu như không tin vào những tình cảm mà có thể được mang đến. Họ có ý niệm lạ lẫm về tình yêu và trách nhiệm, và vì lý do này họ thường được gọi là hơi kỳ quặc bởi những người ít đủ kiến nhẫn để bước qua sự phòng thủ của họ. Họ có niềm tin sâu sắc, ngay cả khi dường như không có tôn giáo, và họ nỗ lực để làm điều tốt, đặc biệt là với đám đông, ngay cả khi không có khả năng nhận được sự công nhận hoặc phần thưởng cho những nỗ lực của họ. Những người có gò Thổ bị xung chiếu cảm thấy trách nhiệm của cuộc sống quá nặng nề và sau đó thường trở nên trầm cảm và u ám hoặc rút lui vào vỏ ốc của riêng mình. Họ gần như yêu thích mẫu người thông minh, trí tuệ và là những người suy nghĩ sâu sắc trong tất cả các vấn đề mà họ quan tâm, nhưng họ không chịu được sự can thiệp vào quan điểm của họ từ người khác. Tham vọng và nghi ngờ là những đặc điểm chi phối khu vực này, một ham muốn quá đáng để được công nhận những tuyên bố về sự vượt trội và tiến bộ của họ; Ngoài ra, sự nghi ngờ rằng người khác đang cố gắng lật đổ hoặc che giấu giải thưởng thèm muốn luôn đeo đẳng những người này. Nó khiến họ lo lắng nhiều không cần thiết, và có thể dẫn đến u sầu thường xuyên, đặc biệt nếu khu vực này bị xung chiếu. Họ nên tìm kiếm sự giải trí ngoài trời, đọc những câu chuyện cười và cố gắng trau dồi khiếu hài hước từ thời thơ ấu để nuôi dưỡng cảm xúc. Họ thường được tìm thấy giữ các vị trí có trách nhiệm lớn, nhưng trong tất cả các vấn đề vận mệnh dường như đóng một vai trò kỳ lạ trong cuộc sống của họ. Họ dường như được chọn làm công cụ hoặc miệng của Vận Mệnh, thường đẩy hàng nghìn người vào tai hoạ trong những gì họ tin là nghĩa vụ của họ. Nếu cần phải hy sinh thịt và máu của họ, họ sẽ là người đầu tiên đâm con dao vào tim người thân nhất của họ. Gần như tất cả những người sinh vào giai đoạn này đều là những nhân vật kỳ lạ, mạnh mẽ, đều được sợ hãi, yêu mến và căm ghét.

Gò Sao Thổ có thể được coi là suy khi người đó sinh vào ngày từ 21 tháng 1 đến 18 tháng 2, và cũng trong vòng bảy ngày tiếp theo. Những người này giống như loại trước ở hầu hết mọi thứ, ngoại trừ việc cùng một điều dường như ảnh hưởng đến họ nhiều hơn về mặt tâm lý hơn là về mặt vật lý. Họ cũng cảm thấy cô đơn trong cuộc sống, nhưng nhiều hơn về mặt tâm lý hơn so với loại trước - họ dường như cảm thấy mâu thuẫn trong ý tưởng và suy nghĩ của mình, trong khi những người trước đó cảm nhận nhiều hơn trong cuộc sống và sự nghiệp của họ. Với việc nhạy cảm hơn và dễ bị tổn thương trong cảm xúc của họ, nên khả năng đọc tính cách theo bản năng và dường như "thấu hiểu" người khác quá dễ dàng để thực sự hạnh phúc. Họ cay đắng phản đối việc bị lừa dối hoặc lừa gạt, và khi họ nghĩ rằng họ đã bị lừa gạt, họ làm người ta kinh ngạc bởi sự căm phẫn đắng của họ. Họ tạo ra những người bạn trung thành, chân thành, nếu cảm xúc của họ đã được kích thích một lần, và họ sẽ chịu bất kỳ sự hy sinh nào vì một người bạn, nhưng họ sẽ không ngừng bước vào bất kỳ điều gì để trả thù một tổn thương nếu họ nghĩ rằng họ đã bị lừa dối.

Họ thường rất tích cực cho công bằng xã hội, và họ dành nhiều thời gian và tiền bạc để làm điều tốt, nhưng theo cách của riêng họ. Giống như loại vượng của Gò Sao Thổ, họ có quan điểm rất rõ ràng về tôn giáo của mình và đặc biệt là các nghi lễ thường xuyên và lễ nghi trong đời sống tâm linh. Họ rất khác biệt so với loại trước đó trong việc họ thường quan tâm mạnh mẽ đến các cuộc họp công cộng và các buổi tụ tập đông người. Họ thích rạp chiếu phim, buổi hòa nhạc và những nơi giải trí, nhưng luôn nếu họ nói sự thật, họ cảm thấy cô đơn trong cuộc sống. Họ có sức mạnh kiểm soát yên lặng bằng ánh mắt của họ, và mặc dù là những người rất căng thẳng, nhưng họ có sức kiểm soát lớn nhất đối với các bệnh nhân bị kích thích và căng thẳng và cũng đối với người điên. Điều kỳ lạ là trong quãng đời của họ, họ dường như đã được định sống gặp những trường hợp như vậy.

Sức khoẻ: Gò Sao Thổ ảnh hướng các xu hướng chính về bệnh tật với những người sinh vào giai đoạn này thường là hướng tới bệnh thấp khớp, đau và sưng chân, cũng như tai nạn ở chân, đầu gối và cơ thể, vấn đề với gan và thận, trật khớp và bệnh về răng và tai. Ở vị trí suy, những người này chịu nhiều nhất từ các dây thần kinh của dạ dày và các cơ quan tiêu hóa, và các phương pháp chữa trị thông thường dường như hoàn toàn không giúp họ giảm bớt. Họ thường có tuần hoàn máu kém, chân và tay lạnh, răng yếu, và chịu nhiều từ tai nạn và tổn thương đối với chân, mắt cá và chi. Họ hiếm khi cảm thấy khỏe mạnh và vẫn có sức kháng cự mạnh mẽ, và khi gọi điều này đến sự quyết tâm của họ, họ thường khiến mọi người ngạc nhiên bởi những gì họ có thể chịu đựng.

Kết hợp vùng Ma Kết và Gò Thổ Tinh:

Gò Thổ Tinh vượng và Đường Mệnh rõ ràng: điều đó cho thấy người đó được thúc đẩy bởi một ý thức mạnh mẽ về mục tiêu và có một con đường sống rõ ràng. Họ có khả năng đạt được thành công thông qua công việc chăm chỉ, kiên nhẫn và tiếp cận thực tế.

Gò Thổ Tinh và chữ thập hoặc sao trên vùng: Nếu có một chữ thập hoặc sao rõ ràng trên Gò Thổ Tinh, có thể cho thấy người đó đã phải đối mặt với những thách thức và trách nhiệm đáng kể. Sự kết hợp này cho thấy họ có tiềm năng để vượt qua những thách thức này và đạt được thành công thông qua quyết tâm và đạo đức làm việc mạnh mẽ.

Gò Thổ Tinh vượng và Đường Trí dài: điều đó cho thấy một người có kỹ năng phân tích và tổ chức xuất sắc. Họ có quy trình suy nghĩ có cấu trúc và có khả năng đưa ra quyết định thực tiễn dựa trên logic và lý lẽ.

Hình thái gò Thổ Tinh: Bình thường: Nghiêm túc, kiên trì, truyền thống, khả năng tận dụng các giới hạn. Phát triển quá mức: U uất bệnh hoạn, thích cô độc, sùng đạo không lành mạnh, ăn năn hối hận, có xu hướng tự sát. Thiếu hụt: Cuộc sống tẻ nhạt.

VÙNG BẢO BÌNH (AQUARIUS AREA) VÀ VÀNH ĐAI THỔ TINH (VEIL OF SATURN)

Từ khoá: Tương ứng với Thổ tinh. Những chữ thập trong khu vực đường Sinh hay vùng của những nhánh mọc lên. Tình bạn, thế hệ, ích lợi.

Vùng Bảo Bình vượng thể hiện sự chân thành với bạn bè, vì vậy họ thu hút được nhiều người, giữ họ suốt cuộc đời và được hưởng lợi rất nhiều từ họ. Giống như Ma Kết, vùng này do Sao Thổ cai quản, và Sao Thổ ban cho Bảo Bình bản tính dè dặt và xu hướng u sầu giống như Ma Kết, nhưng cũng có sự kiên trì trong việc theo đuổi tri thức học hỏi nhất định; và bất kỳ thành công về tài chính nào đến với những người này đều là kết quả của nỗ lực kiên trì và nhẫn nại; Bảo Bình rất thận trọng và chịu đựng. Họ không bao giờ hành động vội vàng, do đó hiếm khi phải hối hận về hành động của mình, ngoại trừ khi lý trí bị dập tắt do cảm xúc của họ bị tác động, vì trong những trường hợp như vậy, họ dễ dàng bị lợi dụng. Tình yêu thương của họ rất mãnh liệt, nhưng họ không phô trương bằng Sư Tử. Vùng Bảo Bình đi cùng với Gò Thổ vượng mang lại cái nhìn thấu hiểu về cuộc sống, tính cách thông cảm và thân thiện, cách nói chuyện rất rõ ràng và thận trọng, đồng thời nghiêm túc trong mọi việc. Do đó, những người này kết bạn với người khôn ngoan, người giàu có và những tri thức có thể giúp họ thăng tiến trong cuộc sống. Nhưng khi Gò Thổ suy và vùng Bảo Bình bị xung chiếu, nó khiến tính tình chủ thể trở nên ranh mãnh, xảo quyệt và luôn cảnh giác để lợi dụng người khác bằng cách lấy được lòng tin và tình bạn của họ. Do đó, những người như vậy sẽ chìm xuống những tầng lớp thấp hơn của xã hội. Khi cả Gò Thổ và vùng Bảo Bình đều suy, chủ thể nên cẩn thận khi tìm bạn lớn tuổi hơn mình, vì họ sẽ luôn cố gắng lợi dụng chủ thể cho mục đích cá nhân và bỏ rơi chủ thể khi không còn hữu ích với họ nữa.

Trong khu vực này, cần lưu tâm đến các đường nhánh đi lên từ đường Sinh. Theo đó, Số lượng Đường Nhánh Đi Lên, dù nhỏ, cho thấy nguồn năng lượng dồi dào hơn trong cuộc sống. Thời điểm các đường nhánh này xuất hiện trên Đường Sinh có thể được xem là những dốc mốc nỗ lực đặc biệt của chủ nhân bàn tay, hướng tới mục tiêu cụ thể trong vận mệnh của họ tại thời điểm đó. Đường Nhánh Đi Lên hướng tới hoặc chạm vào Gò Mộc Tinh cho thấy thể hiện mong muốn và tham vọng thăng tiến trong cuộc sống, đặc biệt là đạt được quyền lực hoặc khả năng chi phối người khác. Bị chặn bởi Đường Trí cho thấy chủ nhân bàn tay sẽ có thể phạm sai lầm về phán đoán hoặc thiếu suy nghĩ, khiến nỗ lực ban đầu (khởi đầu tốt) không đạt được kết quả mong đợi. Chạm vào Đường Tâm sẽ ngụ ý tình cảm đã hoặc sẽ ảnh hưởng đến những nỗ lực của chủ nhân bàn tay, theo hướng được chỉ dẫn bởi đường nhánh đó. Chéo và Nối với Đường Mệnh, là dấu hiệu thú vị, cung cấp hai mốc thời gian riêng biệt trong số mệnh. Mốc thời gian thứ nhất: Khi đường nhánh rời khỏi Đường Sinh để hướng tới Đường Mệnh, thời điểm này cũng được đánh dấu trên chính Đường Mệnh, ngay đối diện điểm bắt đầu của đường nhánh. Nó cho thấy chủ nhân bàn tay đã quyết tâm tự tạo dựng vận mệnh của mình, thoát khỏi những ràng buộc hoặc con người xung quanh. Đây thường là dấu hiệu thành công, đặc biệt nếu Đường Mệnh trông mạnh mẽ hơn tại điểm nối. Mốc thời gian thứ hai: Được xác định trên chính Đường Sinh khi xem theo chiều dọc. Điều đặc biệt là hoàn cảnh tương tự sẽ lặp lại trong vận mệnh. Ví dụ, nếu đường nhánh xuất hiện hướng tới Đường Số Mệnh ở tuổi 26, thì một hoàn cảnh lặp lại sẽ xảy ra gần gấp đôi tuổi đó, tức là 52 tuổi. Đây là mốc thời gian tương đối chính xác khi xem Đường Sinh. Thường thì dấu hiệu này cho thấy chủ nhân bàn tay đã tách khỏi một ràng buộc nào đó ở giai đoạn đầu đời, và điều tương tự sẽ xảy ra ở mốc thời gian thứ hai, tức là về già, khi họ một lần nữa thoát khỏi ràng buộc và tự mình bước ra thế giới bên ngoài. Dấu hiệu này hữu ích khi xem xét các vấn đề liên quan đến hôn nhân. Người đó, bất kể nam hay nữ, có thể sẽ khẳng định tính độc lập nhiều hơn, rời bỏ những ràng buộc của cuộc sống gia đình và một lần nữa bước ra thế giới để chiến đấu cho bản thân, giống như họ đã làm trong giai đoạn đầu đời, có thể là thời điểm họ rời bỏ ảnh hưởng của cha mẹ và tự lập nghiệp.

Đường Nhánh Đi Lên hướng tới Gò Thổ Tinh và tách biệt với Đường Mệnh: Cho thấy chủ nhân bàn tay đã tự tạo ra một vận mệnh thứ hai. Thời điểm đường nhánh rời khỏi Đường Sinh cũng chính là thời điểm bắt đầu vận mệnh thứ hai (được đánh dấu đối diện trên Đường Mệnh). Nếu đây là một đường tốt, thì mốc thời gian thứ hai khi xem dọc trên Đường Sinh sẽ là lúc vận mệnh thứ hai đạt đến thành công viên mãn.

Sức khoẻ: Vùng này mang đến những xu hướng mắt cá chân yếu, dễ bị bong gân, có thể gây ra các vấn đề về cột sống, xơ cứng và các bệnh tim, lưng và động mạch khác. Khi đi cùng Gò Mặt Trời suy, ảnh hưởng rất bất lợi đến sức khỏe, đặc biệt ở các nơi sức đề kháng cơ bản yếu; có xu hướng mắc bệnh lao và giảm sức mạnh của cơ thể để loại bỏ bệnh tật nhanh chóng, do đó hồi phục rất chậm.

VÙNG SONG NGƯ (PISCES AREA) VÀ THUNG LŨNG HOẢ TINH (VALLEY OF MARS)

Từ khoá: Tự do và kiểm soát, mơ mộng, Tự chủ, bị ảnh hưởng bởi ngoại cảnh.

Vùng Song Ngư tượng trưng cho khuynh hướng nhút nhát, yêu thích nhàn rỗi hơn tiện nghi, và không làm bất cứ công việc gì nếu không hoàn toàn cần thiết để duy trì sự sống. Họ thích thay đổi khung cảnh, rong ruổi khá nhiều, thường là một cách vô định. Vì thích ăn ngon và uống rượu, đặc biệt là rượu, và thiếu ý chí để kiềm chế cơn thèm ăn khi bị suy, họ thường xuyên nuông chiều ham muốn của mình đến mức trở thành những kẻ nghiện rượu theo thói quen. Đi cùng Gò Mặt Trời vượng sẽ cung cấp nhiều năng lượng và tham vọng hơn. Còn Gò Mộc vượng sẽ củng cố các phẩm chất tốt mang đến bản chất thần bí đầy cảm hứng và khả năng đảm nhận vị trí liên quan đến các hội kín huyền thuật, sẽ bộc lộ tất cả sức mạnh cao quý và tâm linh nhất Trong giấc ngủ, những người này khá chủ động và có ý thức trong thế giới vô hình và thường mang theo những trải nghiệm trở lại dưới dạng giấc mơ hoặc ảo ảnh. Khi thêm vào các dấu hiệu xung, người này nhạy cảm với những ảnh hưởng từ ranh giới giữa thế giới hữu hình và vô hình, nhưng chúng thường thuộc kiểu đáng sợ và ghê tởm, do đó dễ gây ra các tình trạng cuồng loạn, xuất thần bất đắc ý và các rối loạn tương tự liên quan đến tâm lý tiêu cực.

Gò Kim vượng sẽ mang lại tài năng âm nhạc tuyệt vời, nhưng làm nổi bật xu hướng nghiện chất kích thích. Khi nhiều dấu hiệu tập trung ở vùng Song Ngư, người đó sẽ có một cuộc sống khó khăn, bởi vì họ không muốn gánh vác những gánh nặng của cuộc sống, mà chỉ thích mơ mộng; những người như vậy trở thành ẩn sĩ; họ tìm cách làm chủ các nghệ thuật ẩn giấu, huyền bí và thần bí. Và khi vượt qua được, họ sẽ tìm thấy giá trị tinh thần tuyệt vời. Kết hợp với Gò Mặt Trăng, mang lại thành công trong nghiên cứu khoa học hoặc huyền bí được tiến hành một cách bí mật hoặc xa những nơi đông người. Nó cũng chỉ ra một mối quan hệ bí mật, thỏa mãn tâm hồn như tri kỷ. Ngược lại, người đó có thể phải chịu đựng những đau khổ thông qua khả năng giao tiếp với người đã khuất, bị ám ảnh và lừa dối bởi kẻ thù bí mật. Có nguy cơ bị giam cầm và có xu hướng nghiện rượu hoặc ma túy, điều này sẽ dẫn đến đau khổ và tự hủy hoại bản thân.

Sức khoẻ: Các vấn đề về bụng như rối loạn tiêu hóa, xu hướng nghiện rượu và ma túy, bệnh thấp khớp và gai bàn chân, Lao phổi do chân thường xuyên lạnh và ẩm ướt.

GÒ THÁI ÂM THƯỢNG (GÒ THƯỢNG HUYỀN) HAY GÒ NGUYỆT TINH (MOUNT OF PLEIN MOON)

Khu vực Thượng Nguyệt cho thấy chủ thể có tính cách hiền hòa, chu đáo, biết quan tâm và chăm sóc người khác. Họ cũng có khả năng nghệ thuật tốt, thích cái đẹp và có trực giác nhạy bén. Khi bị suy, họ có thể có những nhược điểm như hay lo lắng, đa nghi, và có phần thụ động. Khi đi cùng gò Thái Dương vượng, sẽ tạo nên sự kết hợp hài hòa giữa vẻ đẹp bên ngoài và sự thông minh bên trong, chủ thể thường có tài năng nghệ thuật, giỏi giao tiếp và có sức hút với người khác. Khi đi cùng gò Mộc Tinh, sẽ tạo nên sự kết hợp giữa quyền lực và sự mềm mại. Chủ thể thường thường có địa vị cao trong xã hội, được nhiều người ngưỡng mộ và có cuộc sống sung túc. Khi đi cùng gò Hoả Tinh dương, sẽ tạo nên sự kết hợp giữa sự sáng tạo và sự mạnh mẽ, chủ thể thường có nhiều ý tưởng mới mẻ, dám nghĩ dám làm và có khả năng gặt hái thành công trong nhiều lĩnh vực. Khi đi cùng gò Thuỷ Tinh, thường có khả năng kiếm tiền tốt, nhưng họ thường không thích khoe khoang về tài sản của mình. Khi đi cùng gò Kim Tinh, thường là những người chung thủy và hết lòng vì người yêu. Tuy nhiên khi suy, họ cũng có thể có phần ghen tuông và hay lo lắng.

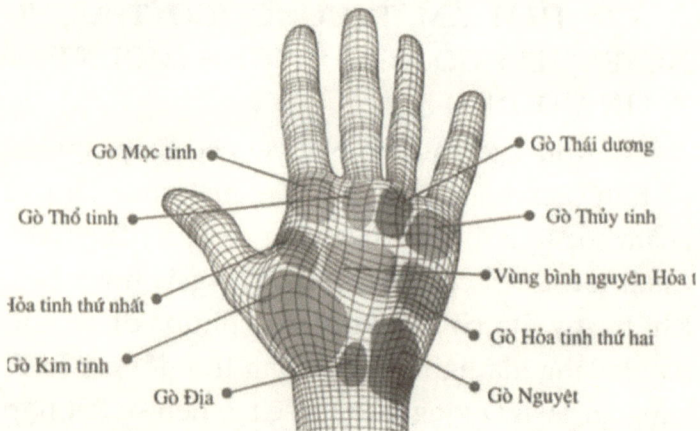

Một trong các thuyết bố trí các vị trí gò trong lòng bàn tay (10 thành phần)

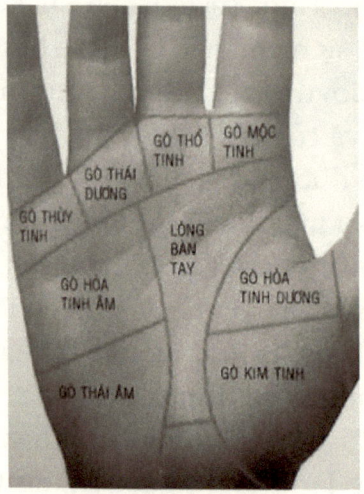

Một trong các thuyết bố trí các vị trí gò trong lòng bàn tay (9 thành phần)

GÒ HẢI HOÀNG HAY GÒ HẢI VƯƠNG TINH (MOUNT OF NEPTUNE) HAY BỒN ĐỊA TINH (BASIN OF EARTH)

Bồn Địa Tinh hay gò Địa Tinh nằm ở vị trí giao hội giữa gò Kim Tinh và gò Mặt Trăng, ở trên các vòng cổ tay. Đây là khu vực xuất phát các đường chạy lên. Trong một vài tài liệu hiện đại, khu vực này được gọi là gò Hải Hoàng hay gò Hải Vương Tinh (Mount of Neptune). Theo Chỉ Tay Huyền Môn, Bồn Địa Tinh được coi là một tử cung khổng lồ, nuôi dưỡng và duy trì sự sống. Nó cung cấp nền tảng vật chất cho sự tiến hóa của ý thức. Tương tự trong Chiêm tinh học Huyền Môn (Esoteric Astrology), Trái Đất được xem là có một trường năng lượng riêng biệt tương tác với năng lượng của các hành tinh và vũ trụ. Trường năng lượng này được tin là ảnh hưởng đến sự phát triển của các dạng sống và ý thức con người. Trái Đất là một tiểu vũ trụ thu nhỏ của đại vũ trụ. Các mô thức năng lượng của vũ trụ được phản ánh trong địa lý, hệ sinh thái và thậm chí cả cơ thể con người trên Trái Đất, mà trong đó có bàn tay của con người. Chính vì thế, khu vực Trái Đất được xem là nơi linh hồn đầu thai để học hỏi và phát triển. Những thách thức và trải nghiệm của cuộc sống trên Trái Đất mang đến cơ hội cho sự phát triển tâm linh. Trong Chiromancy huyền môn, các dấu hiệu và đường đi đến Bồn Địa Tinh báo hiệu cho những giấc mơ và mục tiêu cần hướng đến trong kiếp sống này, không chỉ vậy, nó còn chứa đựng những thông tin về các kiếp sống trước đó mà hiện tại chủ thể được thụ hưởng. Mặt khác, sự ảnh hưởng của Bồn Địa Tinh cần được xem xét với các khu vực khác trong bàn tay.

Bồn địa tinh và vùng Bạch Dương: Trong trường hợp vượng, vị trí này hướng đến một cuộc sống tập trung vào việc giải phóng hoặc kích thích Trí tuệ tự thân và tác động vào môi trường xung quanh. Điều này được thực hiện thông qua việc tự ý thức và tự thức tỉnh bản thân trước tiên, sau đó là đánh thức những người khác về khả năng tiềm ẩn cho việc tìm kiếm và sáng tạo từ các tiềm năng ẩn dấu của bồn địa tinh. Các khu vực cần lưu tâm để khả năng này được kết hợp toàn vẹn là gò Mặt Trời và vùng Thiên Bình, nếu như các khu vực này suy hay bị xung chiếu, chủ thể sẽ có thể gặp vấn đề liên quan đến đầu, các cơn đau đầu, hay những cơn nóng giận khó kiềm chế. Sự tập trung tìm kiếm các dấu hiệu ở bồn địa tinh và vùng Bạch Dương sẽ giúp chủ thể kích hoạt năng lực chữa lành đến từ "trí tuệ của vũ trụ" để tìm thấy sự cân bằng, đồng thời chữa lành các vết thương thể chất và tinh thần. Bởi lẽ, bài học liên quan đến việc khám phá bản thân, chính vì thế việc xuất hiện từ sự tái sinh để thông qua các phương tiện vật chất, xuyên qua các rào cản vô hình để đấu tranh cho chính mình, từ đó đấu tranh cho những người khác. Khi các khu vực trên bị suy, chủ thể có thể phải đối mặt với những vấn đề bên ngoài, khiến họ bị ảnh hưởng và tổn thương đến lòng tự trọng, che mờ trí tuệ bên trong, làm họ thiếu tự tin, lùi bước trong mọi việc, luôn cảm thấy không xứng đáng được yêu thương hay hạnh phúc. Vùng Bạch Dương vượng và vùng Thiên Bình suy, khiến chủ thể có khuynh hướng dễ nóng giận do gặp nhiều áp lực, thử thách; họ cần học được sự buông bỏ lẫn việc đấu tranh không bạo lực. Ngược lại khi hai vùng này đảo chiều, chủ thể luôn dễ thoả hiệp, né tránh, chọn im lặng; vì vậy họ cần hướng đến sự cảm đảm để đối diện nỗi sợ hãi, hay hành động vì người khác.

Bồn địa tinh và vùng Kim Ngưu: nếu vượng, đây là vị trí mạnh mẽ nhất để giải phóng bản thân khỏi những ảo tưởng và phù phiếm vật chất. Chủ thể là những người dẫn truyền ánh sáng để xây dựng lại những cấu trúc và hình thái vật chất đã bị che mờ. Họ chú trọng đến những phẩm chất, tài năng tốt đẹp trong tâm hồn. Mặt khác, khu vực này báo hiệu thiên bẩm kết nối với bản chất tâm linh của tự thân và thế giới, vượt qua những rào cản vật chất, dù họ luôn khá đầy đủ. Nếu suy, họ sẽ bị ám ảnh bởi ảo tưởng và vật chất, nhưng những bài học tâm linh sẽ luôn tìm đến để thôi thúc họ nhận ra những rào cản này. Các khu vực cần lưu tâm để khả năng này được kết hợp toàn vẹn là gò Kim Tinh và vùng Bọ Cạp, nếu đều vượng, báo hiệu về dấu hiệu nguồn năng lượng sống dồi dào, lẫn khả năng tâm linh sâu sắc. Và mục tiêu kiếp sống này, chính là biến đổi những nguồn lực ấy thành phương tiện vật chất để đạt đến giá trị tâm linh, cũng như chia sẻ với người khác. Khi vượng, chủ thể là người có hành động thu hút người khác, nhưng cần học cách duy trì sinh lực. Nhưng khi suy, chủ thể cần học cách chuyển hoá các ham muốn do nguồn sinh lực dồi dào bị kiềm nén, nếu không dễ sa đoạ vào các thú vui trần tục, họ cần học cách kiểm soát và biến đổi những ham muốn vật chất để hướng đến những mục tiêu cao hơn. Khi vùng Kim Ngưu vượng và vùng Bọ Cạp suy, chủ thể sẽ luôn cảm thấy thiếu thốn về mặt tinh thần, ám ảnh phải luôn được công nhận giá trị bằng vật chất. Ngược lại, chủ thể thiếu sự độc lập về vật chất, sử dụng và thao túng người khác như phương tiện. Ở đây, chủ thể cần học bài học về sự đủ đầy cả vật chất lẫn tinh thần. Họ cần tìm kiếm những gì họ thực sự khao khát cần thiết trong đời và tự trả lời chính mình, giá trị của họ là gì?

Bồn địa tinh và vùng Song Tử: khi vượng, mang đến cho chủ thể cơ hội tìm kiếm con đường kết nối với thế giới. Chủ thể có khuynh hướng tìm kiếm học vấn cao hơn với các dấu hiệu đến từ vùng Nhân Mã và phát triển con đường chữa lành và giảng dạy với sự kết hợp dấu hiệu từ gò Kim Tinh. Nếu dấu hiệu ở các vùng này thuận lợi, chủ thể sẽ hướng đến việc chia sẻ kiến thức và sự khôn ngoan của họ với những người khác để giúp họ đạt được sự hợp nhất về tinh thần. Vị trí này của Bồn địa tinh cho thấy hai khía cạnh tính chất hai mặt giữa linh hồn và thân xác được neo giữ và nơi có thể thống nhất tính hai mặt đó, nếu vượng sẽ là sự hoà hợp, thấu hiểu bản thân, truyền cảm hứng liên kết tâm trí cá nhân và công đồng, nếu suy sẽ tự mâu thuẫn bản thân, thiếu khả năng truyền đạt. Vị trí này cũng liên kết với cổ họng và hệ thống thần kinh. Khi bị suy yếu, chủ thể gặp các vấn đề về thần kinh, cổ họng và giảm khả năng giao tiếp liên quan đến nói, nghe, viết; họ không hiểu ý định của người khác và không thể truyền đạt ý tưởng của mình. Sự ngại ngùng và thiếu tự tin là dấu hiệu rõ rệt. Bài học của họ sẽ nằm ở vùng Nhân Mã và gò Kim, sự học tập rèn luyện theo đam mê và yêu thích sẽ giúp họ tích luỹ và tự tin theo thời gian. Bài học ở đây chính là sự khám phá những chân trời mới mà họ chưa từng thử tìm kiếm.

Bồn địa tinh và vùng Cự Giải: những dấu hiệu tập trung khu vực này báo hiệu về nền tảng cho công việc của linh hồn, những tích luỹ các bài học trong tiền kiếp được thể hiện qua các khu vực này tạo nền tảng và nguyên liệu để hướng đến sứ mệnh bản thân trong kiếp sống này. Các dấu hiệu định hướng sẽ xuất hiện ở vùng Ma Kết và gò Thổ Tinh để chỉ dẫn rõ ràng và chính xác cho công việc linh hồn cho kiếp hiện tại. Trở thành ngôi nhà che chở cho các sinh linh, trở thành người chăm sóc, hay bậc thầy chữa lành đều sẽ phụ thuộc vào các dấu hiệu xuất hiện, mà cốt lõi là chủ thể cần tìm thấy con đường để dẫn truyền ánh sáng đến cho người khác. Khi vượng, chủ thể là người được thừa kế nhiều tài sản về cơ thể, tinh thần từ tổ tiên, người mẹ và họ cần học để biến đổi di sản đó thành khả năng và sức mạnh của mình thông qua dấu hiệu ở gò Mặt Trời và cung thứ 10 trên đốt tay. Mặt khác, khi vượng ở đây, người ta được sự hỗ trợ toàn diện từ bồn địa tinh, chính vì thế họ cảm thấy kết nối với trái đất và cảm thấy được nuôi dưỡng và bảo vệ bởi tự nhiên. Khi suy, chủ thể mất kết nối với những di sản thừa kế, mất kết nối với tính chất tự nhiên bên trong, họ độc lập và tự chủ nhưng cũng cô đơn giữa mưa gió, luôn cảm giác mình là kẻ ngoại cuộc, là con cừu đen. Nhiều trường hợp, họ mất kết nối gia đình, không được nuôi dưỡng lẫn yêu thương, chính vì thế họ luôn khao khát nối kết và yêu thương trong vô thức. Bài học họ cần học sẽ ở vùng Ma Kết và gò Thổ, về sự cân bằng giữa chăm sóc bản thân và yêu thương người khác, cũng như chấp nhận sự yêu thương tự nhiên để mở lòng chữa lành nỗi đau bên trong từ nhiều kiếp sống trước đó.

Bồn địa tinh và vùng Sư Tử: ở vị trí này, chủ thể có khuynh hướng Sư Tử, cung hoàng đạo mang tính cá nhân hóa cao, khi được hỗ trợ bởi gò Mặt Trời và vùng Bảo Bình, họ sẽ trong việc định hình con đường thức tỉnh cá nhân của mình thông qua sự phụng sự. Họ sẽ kết nối với nguyên mẫu Người Mang Nước tại Bảo Bình, và là thời điểm bước vào cuộc sống và phân phối nguồn nước của họ cho toàn thể nhân loại, giải phóng năng lượng soi sáng của họ. Ngược lại khi suy, hay các khu vực liên quan bị xung yếu, chủ thể bị ham muốn thống lĩnh chiếm hữu, tính cách họ như những con mãnh thú hung tợn, sự yêu thương đầy gai nhọn và nước mắt. Chủ thể dễ gặp những hoàn cảnh như mặt trời bị mây đen che kín, làm cho họ không gặp thời, tài năng không được người khác công nhận, cảm thấy bất tài thất thế, mà nguyên nhân là do sự áp chế liên quan đến khu vực Thổ tinh xuất hiện thời thơ ấu hay gia đình ràng buộc, thúc ép, kiềm chế. Khi ấy, hãy tìm kiếm những dấu hiệu khi địa tinh kết nối với trái tim sư tử, đánh thức tia sáng thứ nhất của ý chí và tia sáng thứ năm của tri thức tại Bảo Bình để thúc đẩy sự trỗi dậy của linh hồn, để thuần phục sự hung bạo của ham muốn. Khi Bồn địa tinh kết hợp với cung 5 trên đốt tay, ám chỉ để sự thúc đẩy sự sáng tạo, góp phần tăng cường sự phát triển của Ý chí của linh hồn, hướng đến Điều Thiện, hướng đến sự giáo dục, chăm sóc và bảo trợ cho trẻ em, các sinh vật sống. Hãy nhớ đến bài học, họ không cần tìm kiếm ánh sáng bên ngoài, mà chỉ cần quay lại để chạm vào ánh sáng bên trong, khi ấy họ sẽ tự toả sáng.

Bồn địa tinh và vùng Xử Nữ: vị trí này mang tính chữa lành cao vì tính chất Xử Nữ ở cấp độ tâm hồn kích thích sự tổng hợp và do đó mang lại sự toàn vẹn. Bồn địa tinh cùng Xử Nữ mang đến sự nhận thức trực quan về những gì chân thật và phù hợp, từ đó mang lại sự tập trung thực tế giúp ích cho việc hành động thực tế. Ở vị trí này, cần chú ý đến gò Mặt Trăng và vùng Song Ngư, khu vực ảnh hưởng đến năng lượng nuôi dưỡng, lòng trắc ẩn, thấu cảm và trực giác cần hướng đến. Đây được xem là cánh cửa dẫn đến nguồn năng lượng thực tại của mỗi người, khi vượng sẽ càng được cụ thể hoá qua hành động, trật tự, lý trí. Khi gặp các dấu hiệu xung phá, họ sẽ phải thường xuyên đấu tranh với các vấn đề về sức khoẻ cơ thể, lẫn vấn đề tinh thần khi luôn cảm thấy sức khoẻ bị suy yếu, hay các vấn đề luôn luôn ám ảnh và không được chữa lành. Họ luôn bị ám ảnh bởi tiểu tiết, và khiến cuộc sống hỗn độn. Khi suy, lại khiến cho chủ thể mơ hồ, hành động thiếu sáng suốt, nhất quán. Khi ấy, những dấu hiệu về bài học cần tìm kiếm ở gò Mặt Trời, vùng Song Ngư, và cung nhà 12 trên đốt tay. Khi chữa lành cho chính mình, họ sẽ có thể chữa lành cho người khác, thông qua những trải nghiệm của chính mình.

Bồn địa tinh và vùng Thiên Bình: vị trí này khi vượng sẽ thúc đẩy sự kích thích và nâng cao những ý tưởng trong tâm trí chủ thể. Khi Bồn địa tinh ở vị trí này, một cá nhân coi trọng tâm hồn sẽ tham gia vào các mối quan hệ sâu sắc, cả ở cấp độ cá nhân và cấp độ nhóm, để tạo cơ hội cho mục tiêu trong kiếp sống này được hoàn thành. Do đó, Bồn địa tinh và vùng Thiên Bình cung cấp phương tiện để sinh ra những ý tưởng "đã đến lúc", các dấu hiệu được tìm thấy ở đây sẽ hướng dẫn cho chủ thể. Các khu vực quản chiếu khác như vùng Bạch Dương và gò Kim Tinh cũng cần được lưu ý. Sự nhấn mạnh vào bản thân cá nhân, với các dấu hiệu vượng ở gò Mặt Trời và cung 1, được điều chỉnh và tập trung hơn khi Bồn địa tinh liên kết với vùng này. Chủ thể sẽ thông qua những thử thách để đạt đến mong muốn hợp nhất bản thân với người khác mang lại, sẽ có một dấu hiệu rõ ràng trên bàn tay ở các đường như Tâm, Hôn Nhân,...cho thấy bản chất của mối quan hệ đối tác sẽ hoàn thành Con đường với các mục tiêu cao hơn. Ngược lại, khi các khu vực này suy, hay xung phá thì chủ thể sẽ luôn có các mối quan hệ cần được chữa lành, bởi sự tổn thương hay bị chối bỏ trong những mối quan hệ quá khứ lẫn tiền kiếp. Các dấu hiệu hướng dẫn sẽ xuất hiện ở các vùng Bạch Dương và gò Kim Tinh, sẽ cho họ tín hiệu về sự mạnh mẽ, can đảm để vượt qua nỗi sợ hãi. Và bài học ở đây, chính là tin tưởng vào chính bản thân mình là sự chữa lành sâu sắc.

Bồn địa tinh và vùng Bọ Cạp: vị trí đánh dấu mối quan hệ mật thiết giữa năng lượng gò Hỏa Tinh và Trái Đất, tiết lộ cách thức giải phóng bản thân khỏi sự ràng buộc với sự liên hệ vật chất của cuộc sống. Đây là một nhiệm vụ đầy thử thách, đòi hỏi sự cống hiến cho những ham muốn của linh hồn và khả năng chịu đựng áp lực và căng thẳng trong quá trình chuyển đổi, vốn là đặc trưng của vùng Bọ Cạp. Các khu vực báo hiệu sự chuyển đổi là cung 8 trên đốt tay, vùng Kim

Ngưu, gò Hoả Tinh, đây là chiến trường để chủ thể phát triển tài năng và nguồn lực để phục vụ lợi ích chung của nhân loại. Khi vượng, chủ thể sẽ biến năng lượng sống và tài nguyên vật chất của chúng ta thành những phương tiện mạnh mẽ hơn để hoàn thành sứ mệnh của mình. Khi suy, chủ thể bị nhấn chìm trong cảm xúc căm hận, giận dữ, và trở thành người thao túng tâm lý thiếu cảm thông. Họ sợ hãi và không thể làm chủ cảm xúc, sức mạnh của bản thân. Quay lưng, không chấp nhận sự biến đổi, mất mát và cái chết trong cuộc sống như một phần tất yếu. Dẫn đến sự ám ảnh về mất mát tài sản, người thân trong cuộc đời. Vì vậy, họ thúc đẩy những vỏ bọc, đeo mặt nạ để cho dấu thiếu hụt của tự thân. Những dấu hiệu về bài học xuất hiện ở cung nhà 8 đốt tay, vùng Kim Ngưu, gò Hoả Tinh.

Bồn địa tinh và vùng Nhân Mã: Được xem là đất nhà của Địa tinh, khu vực này báo hiệu về tiềm năng to lớn khi vượng, ngay cả khi bị suy yếu thì vẫn mang những món quà bất ngờ. Con đường Nhân Mã mở rộng cho nhiều người khác có thể noi theo. Nếu có gò Mặt Trời và vùng Song Tử vượng, sẽ mang đến cho chủ thể khả năng truyền cảm hứng qua giao tiếp, và khám phá tri thức, và họ sẽ trở thành người thu hút người khác, giúp họ có thể lắng nghe và học hỏi tri thức bất tận. Họ có thể thành công trong lĩnh vực giáo dục, tâm linh, tôn giáo…mà cốt lõi họ tin tưởng chính là nền tảng của mọi chân lý là Tình yêu. Khi vượng, con đường của họ sẽ thuận lợi tự nhiên. Khi suy, họ phải trải qua đổ vỡ trong cuộc sống về niềm tin, truyền thống. Chủ thể sẽ có những giai đoạn mất niềm tin, lọt vào hố thẳm cuộc đời. Những dấu hiệu chỉ dẫn cho họ ở gò Mộc Tinh, vùng Song Tử và cung nhà 9 trên đốt tay. Chỉ khi họ đứng dậy từ mảnh đất họ nằm xuống, họ sẽ trở thành bậc thầy ở lĩnh vực đó. Khi họ đứng trên mảnh đất trần tục, ngước nhìn bầu trời, họ sẽ được chữa lành.

Bồn địa tinh và vùng Ma Kết: Có sự liên kết mật thiết giữa gò Thổ Tinh và Bồn địa tinh, khi vượng, khu vực này chỉ ra những thách thức trong cuộc sống liên quan đến việc cấu trúc và kỷ luật đúng đắn trong cuộc sống của chủ thể, thúc đẩy họ trên con đường tìm kiếm điều thiện, chân lý cuộc sống. Khi suy, chủ thể gặp phải nhiều vấn đề liên quan đến nền tảng từ gia đình, di sản, tổ tiên (cung nhà 4 trên đốt tay chứa đựng những dấu hiệu liên quan), họ phải sống trong các giới hạn, kỷ luật hà khắc và trở nên có thể học cách sinh tồn lạnh lùng như kẻ sống sót trong núi tuyết. Họ cần hướng đến bài học về việc tự tạo lập nền tảng tâm linh của chính mình, thông qua dấu hiệu của gò Thổ và gò Mặt Trời. Khi đó, họ sẽ từ những công việc trần thế, để biết cách chia sẻ những công việc tinh thần. Họ không cần phải chứng minh mới được là chính mình.

Bồn địa tinh và vùng Bảo Bình: vị trí này mang đến tinh thần của sự đổi mới, để hỗ trợ cho người khác. Năng lượng của người mang nước với trái tim sư tử sẽ kích hoạt đầy đủ với vị trí này khi vượng. Họ có thể truyền tải những tri thức và trải nghiệm mới cho cộng đồng để thúc đẩy sự tìm kiếm hạnh phúc cho nhân loại. Khi gò Mặt Trời và vùng Sư Tử vượng, năng lượng sáng tạo sẽ luôn tìm được lối ra của mọi vấn đề. Chủ thể luôn tìm được cách kết nối với nhiều nhóm cộng đồng khác biệt. Ngược lại, khi suy, chủ thể cảm thấy khó khăn khi kết nối với các nhóm lớn, do sự tách biệt thời niên thiếu hoặc từ tiền kiếp họ đã gặp phải sự chối bỏ của xã hội với sự hiểu nhầm, chia cắt...Cảm giác họ luôn thấy mình ngoài cuộc. Những bài học cần được tìm thấy nơi Mặt trời rực rỡ với trái tim Sư Tử, họ sẽ thấy rằng mình có giá trị và có thể giúp đỡ người khác, qua đó họ tìm được sự chữa lành cho chính mình, khi thấu hiểu giá trị khác biệt của mình.

Bồn địa tinh và vùng Song Ngư: Khi vượng, vị trí này thúc đẩy năng lượng của lòng trắc ẩn, khả năng tinh thần sâu sắc, có thể khám phá những bí ẩn bị che mờ, họ thấu cảm đồng thời khao khát sự thấu cảm từ bên ngoài. Khi suy, sự ảo tưởng che phủ, làm họ tìm kiếm những chân trời mơ mộng trong công việc lẫn tình yêu và thường gặp nhiều niềm đau thương. Họ có thể trở nên cuồng tín do sự khủng hoảng trong tâm hồn, bắt nguồn từ sự trải nghiệm từ quá khứ xa xôi. Họ dễ trở thành nạn nhân của nghiện ngập, nạn nhân của chính mình, và thu hút những kẻ bất hạnh khác, rồi dẫn nhau xuống vượt thẳm mù loà. Họ cần được chỉ dẫn vượt qua ảo tưởng từ Bồn địa tinh và gò Mộc Tinh, lẫn vùng Xứ Nữ. Và khi các khu vực này vượng, họ trở thành người chữa lành tâm linh, các công việc chăm sóc sức khoẻ tinh thần, bảo vệ người khác vẫy gọi họ. Bài học ở đây chính là thay vì tìm kiếm điều kì diệu bên ngoài, hãy trở thành phép màu của chính mình..

VÒM ĐỊA TINH (CEIL OF EARTH)

Vòm địa tinh là khu vực có những đường ngang nằm ở cổ tay, ngay vị trí giao giữa lòng bàn tay và cánh tay. Những đường này được cho là chỉ báo về sức khỏe, tuổi thọ và các giai đoạn trong cuộc đời của một người. Hầu hết mọi người có hai hoặc ba đường đi ngang trong vòm địa tinh. Quan niệm dân gian cho rằng nhiều đường hơn được cho là liên quan đến tuổi thọ cao hơn. Theo đó, đường rõ ràng, sâu được coi là dấu hiệu tích cực, cho thấy sức khỏe và sức sống tốt. Đường mờ, đứt đoạn hoặc lượn sóng có thể cho thấy những thách thức về sức khỏe hoặc những thay đổi trong cuộc sống. Ý nghĩa các đường đại diện: Đường thứ nhất (gần lòng bàn tay nhất): Thể hiện cuộc sống thời thơ ấu (25-28 tuổi) và sức khỏe tổng thể. Nếu không bị đứt đoạn, cho thấy sức khỏe thời trẻ sẽ tốt. Nếu mờ nhạt, cho thấy thể trạng gầy yếu. Nếu bị đứt đoạn, là dấu hiệu rõ ràng rằng sức khỏe thời thơ ấu và tuổi vị thành niên của bạn không được tốt. Đường thứ hai (đường giữa): Thể hiện tuổi trung niên (46-56 tuổi) và hạnh phúc tổng thể. Nếu đường thẳng, cho thấy bạn sẽ có sức khỏe rất tốt. Nhưng nếu cong và đứt đoạn, hãy cẩn thận với các vấn đề về sức khỏe. Đường thứ ba (xa lòng bàn tay nhất): Thể hiện tuổi già (69-84 tuổi) và tuổi thọ. Nếu dài và không đứt đoạn cho thấy sức khỏe rất tốt trong những năm về già. Nhưng nếu nó mỏng/mờ nhạt hoặc cong, bạn có thể phải đối mặt với các vấn đề về sức khỏe. Đường thứ tư (Hiếm): Thể hiện tuổi thọ phi thường (trên 84 tuổi).

Hình dạng các đường trong vòm địa tinh: Nếu một vòm địa tinh có đường bắt đầu từ cổ tay và đi lên thì được cho là người đó sẽ đạt được tất cả những điều ước mong trong cuộc đời. Nếu một vòm địa tinh có đường bắt đầu từ cổ tay và hướng tới Gò Thái Âm thì được cho là người đó sẽ có nhiều chuyến đi nước ngoài. Vòm địa tinh có đường đứt đoạn, nhiều mảnh có thể ám chỉ người đó gặp nhiều khó khăn. Ngược lại, vòm địa tinh với đường rõ ràng, không đứt đoạn thì được cho là người có vận may hanh thông. Vòm địa tinh có đường giống như hình sợi xích được cho là biểu hiện của những khó khăn liên tục trong suốt cuộc đời. Vài quan niệm cho rằng, với nam giới: vòm địa tinh được xem trên bàn tay trái, với nữ giới: vòm địa tinh được xem trên bàn tay phải. Nếu vòm địa tinh và đường thứ 1 không rõ ràng cho thấy sự không ổn định về tinh thần và thiếu thận trọng. Có quan niệm cho rằng phụ nữ có đường thứ 1 bị đứt đoạn có thể gặp vấn đề về sinh nở và con cái. Đàn ông có đường thứ 1 cong hoặc đứt đoạn có nhiều khả năng mắc các vấn đề về tiết niệu và tuyến tiền liệt. Đường thứ 2 tượng trưng cho tiền bạc, tài lộc và may mắn, trong khi đường thứ 3 tượng trưng cho danh tiếng và thành công trong cuộc sống. Đường thứ 2 rõ nét và dài cho thấy một người có thể trở thành doanh nhân rất thành đạt. Khi đường thẳng, điều đó có nghĩa là gia đình bạn sẽ luôn hỗ trợ bạn về mặt tài chính. Đường thứ 3 thường không quá dày và rõ nét đối với hầu hết mọi người. Nhưng nếu bạn là một trong số ít người thực sự có đường thứ 3 rõ ràng, dày và thẳng, thì bạn sẽ đạt được nhiều danh tiếng trong cuộc sống.

Mỗi người có thể có vòm địa tinh với các hình dạng khác nhau:

Đảo (Island): Nếu xuất hiện trên vòm địa tinh của phụ nữ, dấu đảo có thể cho biết các bệnh về tim ở tuổi trung niên. Ngược lại, dấu đảo trên vòm địa tinh của nam giới có thể cảnh báo vấn đề về thận.

Dấu Xích (Chain): Nếu trong vòm địa tinh có đường thứ nhất với hình dạng như một sợi xích trong khi đường thứ hai và thứ ba là đường thẳng, đây có thể là dấu hiệu của chứng trầm cảm và lo lắng trong thời thơ ấu.

Dấu Thập (Cross): Khi dấu thập xuất hiện trên vòm địa tinh ở đường thứ nhất, nó có thể cho biết sức khỏe yếu trong thời trẻ. Tuy nhiên, tuổi trung niên của bạn sẽ có sức khỏe rất tốt.

Chương năm:

CÁC ĐỐT NGÓN TAY CỦA BÀN TAY

Trong Chiromancy, mỗi đốt ngón tay được liên kết với một cung nhà trong hệ thống 12 cung hoàng đạo, mang đến những ý nghĩa và thông tin chi tiết về tính cách, vận mệnh và các khía cạnh khác trong cuộc sống của một người. Ba đốt ngón tay được phân thành thân - tâm - trí. Đốt thứ nhất đại diện cho trí/ hồn (Soul), đốt giữa đại diện cho tâm (Mind), đốt cuối đại diện cho thân (Body). Phần thân tượng trưng cho phần vật lý, hữu hình của con người, bao gồm da, xương, thịt, cơ bắp và các cơ quan nội tạng, được xem như là phương tiện để con người tương tác với thế giới bên ngoài và trải nghiệm các giác quan. Nó cũng là nơi chứa đựng năng lượng và sức sống của con người, cũng ám chỉ đến bản năng trong Chiromancy. Phần tâm tượng trưng cho phần phi vật chất của con người, bao gồm suy nghĩ, cảm xúc, ký ức và ý thức, đây cũng là nơi con người trải nghiệm thế giới nội tâm của mình. Phần trí tượng trưng cho linh hồn, phần tinh túy nhất của con người, thường được coi là bản chất thực sự của con người, được liên kết với khái niệm về ý thức cao hơn, kết nối với thần thánh hoặc vũ trụ. Vì thế, các đốt tay có thể xét theo ngắn dài; đều bằng với nhau hay không. Thí dụ các đốt thứ ba đều dài, tượng trưng cho nhu cầu về vật chất cao; thích những thú vui trần thế và có tài năng lẫn tham vọng để đạt được chúng. Ngược lại, các đốt thứ ba ngắn lại là người sống giảm thiểu với các nhu cầu vật chất, thanh bần khắc khổ. Hay các đốt thứ nhất đều dài, là người sống thiên về tinh thần tâm linh, một số người có những khả năng đặc biệt như trực giác, giác quan thứ sáu, tiên đoán tuỳ vào các dấu hiệu cụ thể…Hay các đốt thứ hai đều dài là người thông minh, mưu trí.

Chiromancy được liên kết với hệ thống 12 cung nhà (Houses) và các đốt ngón tay theo cách sau:

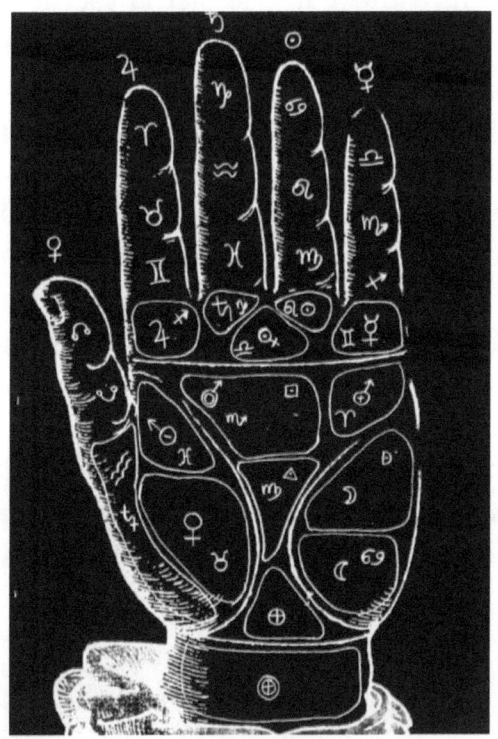

NGÓN TRỎ: QUẢN CHIẾU BỞI MỘC TINH

Đốt Đầu: Cung 1 (Bạch Dương) - Cá tính, bản thân, bản ngã. Cung Bạch Dương (Aries): Đại diện cho bản thân, tính cách, ý chí, bản năng và tiềm năng lãnh đạo.Nếu có nhiều đường nhỏ nằm ngang trong đốt này báo hiệu có nhiều cơ hội đến, khi có dấu hiệu ngôi sao là tín hiệu may mắn, thuận lợi, vượt qua khó khăn. Khi đi cùng với gò Mộc tinh vượng, là dấu hiệu của sức khỏe tốt và may mắn nói chung trong cuộc sống. Vị trí này mang lại tính cách tốt bụng, vui vẻ, toát lên sự thân thiện, danh dự và ngay thẳng. Những người này yêu thích thú vui, đặc biệt là các hoạt động ngoài trời và thích đi du lịch. Họ có khả năng lãnh đạo đáng kể và do đó được trọng dụng cho các vị trí quan trọng và trách nhiệm. Có xu hướng thừa cân ở những năm sau. Các yếu tố vượng mang đến một trí tuệ đầy nhiệt huyết, năng nổ và tham vọng, luôn tìm kiếm và cảnh giác với những phương pháp mới và tiến bộ có thể sử dụng để thăng tiến trong công việc. Biểu hiện của một người tiên phong thực thụ, không quá bảo thủ cũng không quá liều lĩnh, tính cách chu đáo nhưng biết đồng cảm, chân thành, trung thực và đáng tin cậy, có phần thiên về tôn giáo. Mang lại một số khả năng pháp lý hoặc văn học và yêu thích các trò chơi ngoài trời, được mọi người yêu mến trong các mối quan hệ xã hội và kinh doanh. Nếu gò Mộc Tinh suy hay có dấu hiệu xung, tâm trí sẽ có xu hướng hành động thiếu suy nghĩ và bốc đồng; thiếu kiên nhẫn và nóng tính khi gặp bất lợi, dẫn đến mất uy tín và sự mến mộ.

Đốt Giữa: Cung 2 (Kim Ngưu) - Tài sản, giá trị, tài năng. Cung Kim Ngưu (Taurus): Biểu tượng cho sự ổn định, an ninh, tài chính, giá trị bản thân và khả năng hưởng thụ. Nếu có nhiều đường nhỏ nằm ngang trong đốt này báo hiệu cơ hội thành công tài chính, nhưng gặp nhiều đố kị ghen ghét và bị cuốn theo. Chỉ có một đường chỉ cong lên đi cùng dấu hiệu ngôi sao, báo hiệu sự ham mê vật chất và thân xác. Có dấu chữ thập, báo hiệu có nhiều quý nhân giúp đỡ. Trong nhà thứ hai nếu có gò Mộc Tinh vượng cùng đi kèm gò Thái Dương và gò Thái Âm là dấu hiệu thường mang lại sự thịnh vượng về tài chính trong cuộc sống. Đây là vị trí may mắn về mặt tài chính ngay cả khi gò Mộc Tinh bị dấu hiệu xấu xung chiếu, nhưng khi đó chủ nhân bản mệnh có thể gặp tổn thất khi vận hạn xấu. Nếu gò Mộc Tinh suy, cũng như không nhận được bất kỳ ảnh hưởng nào gò khác, người đó có thể nghèo khó và thiếu thốn. Khi khu vực này vượng, vị trí của chủ thể mang lại bản chất tử tế và đồng cảm sâu sắc với mọi người, nhưng tình yêu thương sâu sắc, dịu dàng và nồng ấm dành cho những người có mối quan hệ thân thiết. Vị trí này khi vượng cũng thu hút tài lộc và mang lại tính hào phóng để hỗ trợ các hoạt động từ thiện. Tuy nhiên, họ không bao giờ hào phóng phung phí hay rộng rãi quá mức, mà là người thận trọng và có xu hướng điều tra kỹ lưỡng những đề xuất trước khi đưa ra sự giúp đỡ. Mặt khác, họ lại vô cùng rộng tay với những người thân thiết. Nhà cửa và gia đình là tất cả đối với họ. Khi bị suy, nó sẽ dẫn đến chi tiêu xa hoa cho hình thức bề ngoài, phô trương và thỏa mãn bản năng. Họ thường gặp khó khăn về tài chính và rắc rối với chủ nợ, đồng thời có thể mắc các bệnh do ăn uống quá độ tùy thuộc vào các yếu tố khác trên bàn tay.

Đốt Cuối: Cung 3 (Song Tử) - Giao tiếp, tư duy, học tập. Cung Song Tử (Gemini): Tương ứng với giao tiếp, tư duy, khả năng học tập, trí tò mò và sự linh hoạt. Nếu có nhiều đường nhỏ nằm ngang trong đốt này, báo hiệu cơ hội được thừa hưởng di sản của gia đình thân tộc. Gò Mộc Tinh vượng sẽ mang lại trí óc lạc quan tột độ. Bất kể gặp phải trở ngại gì trong cuộc sống, người sở hữu vị trí này luôn nhìn nhận mặt tích cực và bỏ qua những khó khăn. Họ có cơ hội học vấn tuyệt vời và kiến thức thu được sẽ mang lại lợi ích to lớn. Người này được anh chị em, hàng xóm quý mến và nhận được sự giúp đỡ từ họ. Thành công đến từ việc đi lại, viết lách và xuất bản. Vị trí này mang lại trí óc sáng tạo, yêu thích toán học và bị thu hút bởi huyền học. Nếu được giáo dục bài bản, thành công trong lĩnh vực này gần như chắc chắn. Gò Mộc Tinh suy, người đó có thể gặp tổn thất và rắc rối khi đi lại. Họ sẽ gặp phải một số tình huống may mắn thoát khỏi tai nạn, rắc rối pháp lý và tôn giáo, cũng như những khó khăn với anh chị em, họ hàng thân thiết.

NGÓN GIỮA: QUẢN CHIẾU BỞI THỔ TINH

Đốt Đầu: Cung 10 (Ma Kết) - Sự nghiệp, tham vọng, trách nhiệm. Cung Ma Kết (Capricorn): Mang ý nghĩa về trách nhiệm, kỷ luật, tham vọng, sự nghiệp và thành công. Nếu xuất hiện một ngôi sao trong đốt này, báo hiệu thử thách, vất vả, xung đột cần vượt qua. Nếu có đường chỉ nhỏ chạy thẳng từ đốt ba lên đốt đầu, báo hiệu sự thành công, danh vọng chính trường, thuận lợi ở trường học, chính phủ (không chạy xuống gò Thổ Tinh). Ngược lại, đường chỉ chéo; cong kéo xuống gò Thổ Tinh nên tránh xa chính trường, quân đội, những nơi có chiến tranh. Gò Thổ Tinh vượng sẽ cho thấy một tinh thần tự lực và tham vọng mãnh liệt, với sự kiên nhẫn và bền bỉ giúp chủ thể thăng tiến trong cuộc sống. Đây là dấu hiệu của những người tự thân lập nghiệp, thành công nhờ những phẩm chất của gò Thổ như tính trung thực, khôn ngoan, biết nhìn xa trông rộng và ứng dụng một cách có hệ thống vào công việc. Những người này có khả năng trở thành lãnh đạo doanh nghiệp, giám đốc ngân hàng hoặc nắm giữ các vị trí cao khác đòi hỏi trách nhiệm lớn. Tuy nhiên, quá trình thăng tiến có thể đi kèm với những thủ đoạn mờ ám và phương pháp kinh doanh không chính đáng, dẫn đến việc bại lộ, thất bại và mất uy tín. Gò Thổ Tinh suy, tâm trí trở nên u ám và người đó có cái nhìn thiên lệch về cuộc sống. Họ có cảm giác bất mãn chung, đôi khi phát triển thành bệnh lý về tâm thần. Những người này thường xảo quyệt, không đáng tin cậy.

Đốt Giữa: Cung 11 (Bảo Bình) - Bạn bè, ước mơ, hy vọng. Cung Bảo Bình (Aquarius): Đại diện cho sự độc lập, sáng tạo, tư tưởng tiến bộ, tính nhân đạo và khả năng kết nối cộng đồng. Nếu có nhiều đường nhỏ dọc chạy lên từ gò Thổ Tinh, dấu hiệu của sự lo lắng, đau khổ, trầm cảm. Nhiều đường nhỏ chạy từ đốt ba lên đốt hai, biến cố lớn ảnh hưởng đến tinh thần. Nhiều đường nhỏ đẹp chạy song song, sự thành công trong các lĩnh vực khoáng sản, nhà cửa, bất động sản. Gò Thổ Tinh vượng cho thấy chủ nhân bản mệnh có những người bạn lớn tuổi và giàu có. Những người bạn này sẽ giúp đỡ họ đạt được hy vọng, ước nguyện và tham vọng. Chủ thể với tính cách biết đồng cảm và thân thiện, cách nói chuyện rõ ràng, mạch lạc và nghiêm túc trong mọi việc. Do đó, những người này kết bạn với những người lớn tuổi, giàu có và trí thức, những người có thể giúp họ thăng tiến trong cuộc sống. Tuy nhiên, nếu Gò Thổ Tinh suy ở vị trí này, thì người đó nên cẩn thận khi kết bạn với những người lớn tuổi hơn mình. Bởi vì những người này có thể sẽ lợi dụng họ cho mục đích cá nhân và rời bỏ họ khi không còn giá trị lợi dụng. Chủ thể cũng sẽ mang tính cách trở nên ranh mãnh, xảo quyệt và lợi dụng lòng tin và tình bạn của người khác. Vị trí này cũng đi kèm với xu hướng mắc các bệnh về tim và tĩnh mạch giãn.

Đốt Cuối: Cung 12 (Song Ngư) - Trực giác, tâm linh, tưởng tượng. Cung Song Ngư (Pisces): Tương ứng với sự nhạy cảm, trực giác, lòng trắc ẩn, trí tưởng tượng và khả năng kết nối tâm linh. Nhiều đường nhỏ chạy lộn xộn báo hiệu sự trở ngại, đau khổ tinh thần. Có dấu tam giác trên đốt này, người nóng tính hung hăng, bị số phận xô đẩy. Có dấu chữ thập, cần lưu tâm đến vấn đề con cái. Ở khu vực này, chủ thể có một cuộc sống ẩn dật, thường ở một vị trí hoặc nghề nghiệp ít tiếp xúc với công chúng. Khi Gò Thổ Tinh vượng, vị trí này mang lại xu hướng thành công trong một lĩnh vực yên bình và lặng lẽ, ít tiếp xúc với công chúng, chẳng hạn như công việc nghiên cứu trong phòng thí nghiệm hoặc các công việc liên quan đến chăm sóc cộng đồng. Hoặc họ sẽ thành công trong lĩnh vực công chức tại các cơ quan công cộng, trại tị nạn, bệnh viện hoặc nhà tù. Họ là những người "yêu gia đình" hết mức. Khi Gò Thổ Tinh suy, có nguy cơ nằm liệt giường nhiều năm, bị giam cầm hoặc làm những công việc tối mật. Ngoài ra, vị trí này còn báo hiệu nguy cơ bị giam hãm bởi một căn bệnh mãn tính hoặc có khả năng bị tù tội. Người đó có thể tạo ra nhiều kẻ thù thù địch dai dẳng.

NGÓN ÁP ÚT: QUẢN CHIẾU BỞI THÁI DƯƠNG

Đốt Đầu: Cung 4 (Cự Giải) - Gia đình, nhà cửa, cảm xúc. Cung Cự Giải (Cancer): Mang ý nghĩa về gia đình, cảm xúc, sự nuôi dưỡng, lòng nhân ái và khả năng bảo vệ. Nếu có một đường chỉ nhỏ đẹp chạy lên từ gốc, báo hiệu sự thành công với danh tiếng. Nếu có nhiều đường cùng chạy lên, báo hiệu thành công nhưng dễ thua thiệt do ái tình, thất bại do tình cảm. Đi cùng gò Thái Dương vượng, báo hiệu sự thành công ở tuổi trung niên. Người sở hữu vị trí này có xu hướng lười biếng ngay cả khi không ốm đau gì. Họ vô hại, tránh xung đột, do đó hòa đồng và dễ chịu trong gia đình miễn là không bị yêu cầu làm việc quá sức. Khu vực đốt này, người sinh vào thời gian Cự Giải có xu hướng nghiêng về huyền học và thường có những trải nghiệm tâm linh. Khi bị suy, sức sống bị giảm xuống, các trải nghiệm tâm linh mạnh mẽ. Nếu giai đoạn thanh niên không giữ sức khoẻ và tinh thần, khó thành công ở giai đoạn sau.

Đốt Giữa: Cung 5 (Sư Tử) - Sáng tạo, tình yêu, đam mê. Cung Sư Tử (Leo): Đại diện cho sự sáng tạo, lòng tự hào, sự tự tin, khả năng lãnh đạo và sức mạnh cá nhân. Đường chỉ nhỏ chạy từ đốt 3 lên đốt 2, báo hiệu sự thành công, có khả năng phát triển trí tuệ, nếu có hai hay ba đường song song đẹp đẽ thì các đức tính và mức độ thành công tăng lên. Khi đi cùng gò Thái Dương vượng, chủ thể có may mắn thành công trong tình yêu, công việc về trẻ em; thú cưng; sáng tạo; giáo dục... Và được nhiều người khác phái yêu thích. Tuy nhiên, nếu các yếu tố liên quan đến con cái trên chỉ tay không vượng, sẽ có thể hiếm muộn trong chuyện con cái; đặc biệt là chỉ tay của bạn đời cũng có yếu tố này thì tỉ lệ sẽ càng tăng lên. Ngược lại, khi gò Thái Dương suy và Thái Âm vượng, sẽ giảm bớt phần nào thành công nhưng việc con cái sẽ dễ dàng hơn.

Đốt Cuối: Cung 6 (Xử Nữ) - Sức khỏe, công việc, dịch vụ. Cung Xử Nữ (Virgo): Tương ứng với sự tỉ mỉ, phân tích, logic, sức khỏe và khả năng phục vụ. Nếu có nhiều đường chỉ nhỏ song song chạy lên, nhiều may mắn và thành công nhờ khôn khéo. Nếu có đường cong hình trăng khuyết, sẽ dễ ưu phiền căng thẳng trong cuộc sống. Khi đi cùng gò Thái Dương vượng, cho thấy kiểu người trung gian thành đạt, tinh tế, nhanh nhạy trong việc nhìn ra những gì có lợi cho mình trong việc thúc đẩy công việc kinh doanh, dễ chịu và hòa đồng, vui vẻ với những người họ mong đợi nhận được lợi ích, nhưng có thể lại hách dịch với nhân viên và đồng nghiệp. Họ ăn nói khéo léo nhưng không nhất thiết là không chân thành; họ chỉ đơn giản là hướng đến lợi ích cá nhân. Vị trí này tạo nên những nhà hóa học, y tá và bác sĩ giỏi, họ tin tưởng mạnh mẽ vào thuốc men và việc sử dụng nhiều thuốc. Khi gò Thái Dương suy, dòng chảy năng lượng sống bị cản trở. Do đó, những người có vị trí này đặc biệt dễ mắc bệnh và phục hồi chậm. Vì lý do đó, bệnh tật của họ thường xuyên tái diễn và kéo dài, đôi khi dẫn đến tình trạng tàn tật mãn tính.

NGÓN ÚT: QUẢN CHIẾU BỞI THUỶ TINH

Đốt Đầu: Cung 7 (Thiên Bình) - Hôn nhân, quan hệ đối tác, sự hợp tác. Cung Thiên Bình (Libra): Mang ý nghĩa về sự cân bằng, hài hòa, hợp tác, công lý và các mối quan hệ. Nếu có một đường chỉ nhỏ chạy từ đốt 3 lên đốt 1, thành công trong các lĩnh vực tư duy khoa học, pháp luật. Nhiều đường tạo thành hình nứt gãy rễ cây, ám chỉ sức khoẻ suy yếu do lao lực. Nếu có nhiều đường ngoằn ngoèo, cần cẩn thận các vấn đề sông nước (tai nạn, chết đuối,...). Khi có gò Thuỷ Tinh vượng, là vị trí tốt cho những người diễn thuyết trước công chúng và tất cả những người tham gia vào các hoạt động mang tính chất giao tiếp, thương mại, giúp chủ nhân bản mệnh nổi tiếng trong các lĩnh vực văn học và khoa học. Đi cùng các gò khác vượng, còn cho biết về một cuộc hôn nhân thành công. Khi có gò Thuỷ Tinh suy hay bị xung chiếu, chủ thể có thể phải tham gia vào các vụ kiện tụng để bảo vệ mình chống lại những lời vu khống từ người khác hoặc do chính mình vu khống người khác. Nếu có các yếu tố xấu, bản thân người đó hoặc người bạn đời hay cần nhằn khiến cho cuộc sống hôn nhân bị hủy hoại bởi những cuộc cãi vã và tranh chấp liên tục do sự thay đổi thất thường và lòng chung thủy. Nếu có các dấu hiệu khác, báo hiệu rắc rối về kiện tụng thông qua quan hệ hợp tác và người bạn đời không chung thủy.

Đốt Giữa: Cung 8 (Bọ Cạp) - Bí mật, biến đổi, sức mạnh. Cung Hổ Cáp (Scorpio): Đại diện cho sự bí ẩn, đam mê, trực giác, sức mạnh nội tâm và khả năng biến đổi. Nếu có nhiều đường chỉ nhỏ chạy từ đốt 3 lên đốt 2, kỹ tính cầu kỳ nhưng khó thành nếu không có trợ lực. Nếu có một đường chỉ nhỏ chạy từ đốt 3 lên đốt 2, nhưng lộn xộn, ám chỉ người đa nghi mưu kế, nếu ngay ngắn sẽ là người thông minh, thấu hiểu lòng người. Nếu có chỉ nhỏ cắt vào ngắn tay, cần chú ý sức khoẻ liên quan đến nước. Khi có gò Thuỷ Tinh vượng, mang lại trí óc nhạy bén, tham vọng mãnh liệt, lanh lợi và lời nói sắc sảo với những lời châm biếm cay độc có thể chích đau như bọ cạp. Tính cách gan dạ và bướng bỉnh, ngang ngược và khó hòa đồng. Nhưng những người này cực kỳ tháo vát, dũng cảm và có khả năng vượt qua những khó khăn khiến người khác chùn bước. Họ bị thu hút bởi huyền học, giống như kim bị hút bởi nam châm. Vị trí này mang lại lợi nhuận thông qua các cơ quan, nghề nghiệp văn học, khoa học hoặc các hoạt động giao tiếp khác, miễn là chúng được thực hiện cùng với người khác. Vị trí này cũng cho thấy chủ nhân bản mệnh có thể nhận được thừa kế và là dấu hiệu tốt cho sự thành công về tài chính của cuộc hôn nhân. Khi có gò Thuỷ Tinh suy, báo hiệu những rắc rối về tài chính cho người bạn đời và có thể xảy ra kiện tụng liên quan đến tài sản thừa kế mà người bản mệnh nhận được. Chủ thể dễ thất vọng trong mọi việc họ thực hiện, hay cãi vã, hoài nghi và luôn có quan điểm đối lập với người khác.

Đốt Cuối: Cung 9 (Nhân Mã) - Du lịch, triết học, niềm tin. Cung Nhân Mã (Sagittarius): Tương ứng với sự phiêu lưu, tự do, học hỏi, triết lý và tầm nhìn. Nếu có một đường chỉ nhỏ (có thể hơi nghiêng) chạy từ gò Thuỷ Tinh lên đốt 3, có thể kéo lên đốt 2, báo hiệu sự nhiều cơ hội thành công, tài chính, may mắn. Nếu xuất hiện dấu chữ thập, hay các đường chỉ hằn sâu như sẹo, ám chỉ người tham lam, dễ có khuynh hướng trộm cắp. Nếu có dấu ngôi sao, có khả năng biện luận, khéo léo ăn nói. Khi có gò Thuỷ Tinh vượng, mang lại tình yêu với tôn giáo, khoa học, văn chương và luật pháp. Chủ thể có trí óc ham học hỏi, có khả năng đào sâu vào những vấn đề sâu sắc của cuộc sống và con người. Họ có xu hướng triết học và nhân đạo, đồng thời mong muốn đi du lịch xa nếu cần thiết để theo đuổi tri thức. Vị trí này mang lại khả năng ăn nói và viết lách tốt, thành công trong lĩnh vực tôn giáo, triết học, luật pháp hoặc khoa học. Trí óc rộng lớn, linh hoạt và thích nghi, do đó chủ thể có thể thay đổi quan điểm nhiều lần trong đời về các chủ đề khác nhau mà họ đã nghiên cứu, nhưng luôn có lý do chính đáng để áp dụng một góc nhìn khác. Họ thích du lịch để ngắm cảnh thiên nhiên và khám phá phong tục của những người lạ. Họ cũng yêu thích động vật và thú cưng. Khi có gò Thuỷ Tinh suy, có xu hướng vi phạm pháp luật, thiếu trung thực, nguỵ biện và tính cách méo mó.

NGÓN CÁI: QUẢN CHIẾU BỞI KIM TINH

Đốt Đầu: đại diện cho Tư Duy, thường liên quan đến logic, tính thực tế và giao tiếp. Một số trường phái xem đây là Long Thủ. Biểu thị cho vận mệnh, bài học cần học và mục tiêu cần chinh phục trong kiếp này. Đây là lĩnh vực mới mẻ, đầy thử thách nhưng hứa hẹn mang lại sự phát triển và hoàn thiện bản thân. Long Thủ như "ngọn núi" bạn cần chinh phục để đạt được mục đích cuộc sống. Trong Chiromancy, Long Thủ liên hệ đến các cung thuộc nhóm Khí và Lửa.

Đốt Sau: đại diện cho Ý Chí, thường liên quan đến ý chí, sự quyết tâm và khả năng lãnh đạo. Một số trường phái xem đây là Long Vỹ. Đại diện cho kiếp trước, năng lực bẩm sinh và món quà mà bạn mang đến kiếp này. Đây là lĩnh vực bạn đã thành thạo và cảm thấy thoải mái, nhưng cũng có thể khiến bạn trì trệ nếu không hướng đến mục tiêu cao hơn. Long Vĩ như "đất nhà" của bạn, nơi mang lại cảm giác an toàn và quen thuộc. Trong Chiromancy, Long Thủ liên hệ đến các cung thuộc nhóm Nước và Đất.

Trong cuốn, "The laws of scientific hand reading" của Benham, đặc điểm của hai đốt trên ngón cái: Chiều dài đốt thứ hai phụ thuộc vào chiều dài bàn tay. Đốt thứ hai thường dài hơn một chút so với đốt thứ nhất. Chiều dài bằng nhau của hai đốt cũng là dấu hiệu tốt. Đốt thứ hai dài và cân đối với đốt thứ nhất: Cho thấy logic mạnh mẽ, nhận thức nhanh nhạy và thận trọng. Đốt thứ hai ngắn hơn đốt thứ nhất: Ý chí mạnh hơn lý trí, dễ bướng bỉnh và thiếu suy nghĩ. Đốt thứ hai ngắn và dày: Cứng đầu, thiếu suy nghĩ, dễ mắc sai lầm. Đốt thứ hai phẳng và mềm: Suy nhược về thể chất và sức sống. Đốt thứ hai thô, nặng và dày: Logic cơ bản, thô tục. Đốt thứ hai thon gọn, tròn và da mịn: Logic tinh tế.

Chương sáu:

DẤU HIỆU VÀ BIỂU TƯỢNG CỦA BÀN TAY

Các dấu hiệu và biểu tượng trong chỉ tay thể hiện những gián đoạn hoặc cản trở tích cực hoặc tiêu cực trong lòng bàn tay, thường thấy ở các đường, gò và các vùng trên bàn tay. Các tín hiệu này cho thấy khuynh hướng các vấn đề diễn ra, thí dụ như sự nổi tiếng ở tuổi trung niên được thể hiện qua dấu hiệu tam giác xuất hiện trên đường Apollo và thời gian chính xác có thể được xác định bằng cách chia đường Apollo theo tỷ lệ tuổi thọ của người đó và vị trí/giao điểm của hình tam giác cho biết tuổi mà người đó đạt được sự nổi tiếng.Các dấu hiệu hoặc biểu tượng thử thách cho thấy khó khăn, chia ly, sự kiện chấn thương hoặc thậm chí là vấn đề sức khỏe.

Ý NGHĨA CỦA CÁC VẾT ĐỨT

Các vết đứt trong các đường chính hoặc phụ của lòng bàn tay có thể đại diện cho cả mặt tích cực và tiêu cực, tùy thuộc vào vị trí của chúng trên các đường khác nhau. Vết đứt hướng về phía ngón cái biểu thị một hướng đi mới trong sự nghiệp. Vết đứt hướng lên trên về phía mép bàn tay cho thấy một cuộc hành trình bất ngờ hoặc không được lên kế hoạch. Nếu chúng hướng về phía gốc của lòng bàn tay, điều này có thể có nghĩa là một sự thay đổi bất ngờ trong thói quen hàng ngày của bạn. Vết đứt hướng xuống dưới về phía cổ tay có thể biểu thị sự kết thúc của một giai đoạn hoặc sự thay đổi lớn trong cuộc sống. Những vết đứt này có thể cho biết rằng có sự gián đoạn trong dòng năng lượng thông thường của bạn hoặc báo hiệu sự thay đổi hướng trong đường đời của bạn. Về cơ bản, các vết đứt thường là sự chuyển hướng hoặc trì hoãn và phụ thuộc vào cách thức và vị trí chúng được hình thành.

Ý NGHĨA CỦA CÁC HÌNH XÍCH (CHAIN)

Các hình Xích trong lòng bàn tay biểu thị những trở ngại khác nhau mà bạn có thể gặp phải trong cuộc sống. Chúng báo hiệu một tuổi thơ khó khăn hoặc không được ưu ái. Ngoài ra, các hình Xích trong các đường vân của lòng bàn tay còn liên quan đến những trải nghiệm trong đời sống tình cảm của bạn. Các hình Xích cũng cho biết thời gian thiếu quyết đoán, các vấn đề về sức khỏe. Độ dài của hình Xích tương quan với khoảng thời gian mà tất cả những vấn đề này có thể kéo dài. (Cần phân biệt hình Xích và Đường Xích)

Đường Xích

Ý NGHĨA CỦA CÁC HÌNH THẬP (CROSSES)

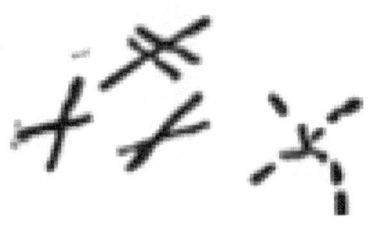

Các hình Thập là dấu hiệu của những vấn đề và khó khăn kéo dài. Chúng cũng đại diện cho những thay đổi lớn trong cuộc sống của bạn. Tùy thuộc vào vị trí của chúng trên lòng bàn tay, chúng có thể cho biết những thay đổi tích cực hoặc tiêu cực. Dấu hiệu này hoàn toàn ngược lại với dấu hiệu ngôi sao, và theo truyền thống chỉ có một vị trí thuận lợi, tức là trên Gò Mộc Tinh, nơi nó cho biết may mắn đặc biệt nào đó sẽ đến trong cuộc sống, liên quan đến tình cảm. Trên tất cả các Gò khác, nó đều đầy thử thách. Trên Gò Sao Thổ, cái chết dữ dội. Trên Gò Mặt Trời, thất vọng về sự giàu có. Trên Gò Sao Thủy, sự không trung thực. Trên Gò Sao Hỏa (dưới Sao Thủy) sự đối lập lớn. Trên Gò Sao Hỏa (dưới Mộc Tinh) bạo lực và thậm chí chết vì cãi vã. Trên Gò Mặt Trăng, nó biểu thị ảnh hưởng chết người đối với trí tưởng tượng. Một người như vậy sẽ tự lừa dối mình. Khi ở dưới Gò này, nó báo trước cái chết do đuối nước. Trên

Gò Sao Kim, nó cho thấy một số ảnh hưởng chết người của tình cảm. Trên Đường Trí, nó báo trước tai nạn hoặc chấn thương ở đầu. Trên Đường Tâm, cái chết đột ngột của một người thân yêu. Chúng thậm chí còn là dấu hiệu cho thấy một vài kẻ thù muốn gây hại cho bạn. Chúng cũng đại diện cho những ảnh hưởng bên ngoài gây ra căng thẳng cho bạn. Các hình Thập cũng là dấu hiệu cho thấy trạng thái tâm trí của bạn và cách bạn sẽ xử lý đời sống tâm linh của mình. Theo Katharine St. Hill trong "The grammar of palmistry", một chữ thập được tạo thành không đẹp hoặc không đều trên bàn tay luôn là một dấu hiệu xấu, nhưng ngay cả những chữ thập được tạo thành đẹp và đều cũng không phải lúc nào cũng có hại. Chữ thập trên gò Mộc Tinh - Tham vọng thành công. Chữ thập trên gò Thổ Tinh - Bất hạnh lớn, hoặc ảnh hưởng xấu. Chữ thập trên gò Thái Dương - Xui xẻo trong nghệ thuật hoặc tiền bạc. Chữ thập trên gò Thủy Tinh - Xu hướng trộm cắp. Chữ thập trên gò Kim Tinh - Chuyện tình không vui, trừ khi có một chữ thập tương ứng trên gò Mộc, được cho là có nghĩa là một cuộc hôn nhân hạnh phúc. Chữ thập trên gò Thái Âm - Nói dối, tự lừa dối bản thân hoặc ảo tưởng. Chữ thập trên gò Hỏa Tinh - Giết người. Chữ thập trên Đường Sinh - Bệnh tật nghiêm trọng hoặc tàn tật; nếu các đường cắt ngang sâu - có khả năng tử vong. Chữ thập trên Đường Mệnh - Thay đổi cuộc sống; nếu gần, và không nằm trên đường, sự thay đổi sẽ xảy ra với người thân hoặc bạn bè. Chữ thập trên Đường Sức Khỏe - Bệnh tật. Chữ thập trên nhánh của Đường Sức Khỏe - Sự thay đổi trong công việc hoặc kinh doanh. Chữ thập trên tam giác - Một sự kiện quan trọng, kết quả của một cuộc đấu tranh, luôn là sự thay đổi hoàn cảnh. Chữ thập giữa gò Thái Âm và Hình Tứ Giác - Một chuyến đi biển may mắn. Chữ thập - được tạo thành hình Chữ Thập Thánh Andrew - ở giữa Hình Tứ Giác bên dưới Đồi Sao Thổ, với các đầu không được gắn vào bất kỳ đường nào ở trên hoặc dưới, được gọi là Chữ Thập Thần Bí, được cho là thể hiện lòng yêu thích khoa học huyền bí và thông linh.

Ý NGHĨA CỦA CÁC HÌNH LƯỚI (GRILLES)

Các hình Lưới thường xuất hiện nhiều nhất trên các gò của lòng bàn tay. Chúng biểu thị những dấu hiệu tiêu cực và đại diện cho các vấn đề và sự điều chỉnh. Nó biểu thị khó khăn và trở ngại liên quan đến bất cứ điều gì mà Gò đại diện, và sự thiếu thành công trong bất kỳ phẩm chất hoặc tài năng nào mà Gò tượng trưng. Một hình Lưới trên bất kỳ phần nào của lòng bàn tay cũng làm phân tán năng lượng và nó đại diện cho sự bối rối, thiếu an toàn trong một số thời điểm trong cuộc sống của bạn. Các hình Lưới báo hiệu sự gián đoạn trong sự tiến bộ của một người. Chúng cũng có thể báo hiệu sự khởi đầu hoặc trở ngại, liên quan đến các dự định trong cuộc sống. Bạn cũng sẽ liên tục kiệt sức vì nhiều lo lắng và phiền muộn. Katharine St. Hill trong "The grammar of palmistry", lưới là một trở ngại và thường là dấu hiệu xấu trên bàn tay, vì nó làm mất đi những phẩm chất tốt đẹp của gò mà nó xuất hiện. Nếu gò phát triển mạnh, nó sẽ chỉ chứa đựng những phẩm chất xấu được phóng đại, và nếu gò không phát triển, lưới sẽ mang lại sự lạnh lùng. Lưới trên gò Mộc - Gò phát triển: ích kỷ và độc đoán; gò không phát triển: mê tín dị đoan. Lưới trên gò Thổ - Bất hạnh lớn. Lưới trên gò Thái Dương - Gò phát triển: sự điên rồ và sai lầm ngớ ngẩn; gò không phát triển: kiêu ngạo. Lưới trên gò Thủy Tinh - Gò phát triển: đạo đức giả, trộm cắp; gò không phát triển: xảo trá, nói dối vặt. Lưới trên gò Hỏa Tinh - Chết đột ngột. Lưới trên Kim Tinh - Gò phát triển: tình cảm nhục dục; gò không phát triển: lạnh lùng trong tình yêu và thiếu lòng tận tụy. Lưới trên gò Thái Âm - Bất mãn, lo lắng, buồn phiền; gò phát triển: bản chất thi sĩ.

Ý NGHĨA CỦA CÁC CHẤM (DOTS)

Các Chấm không phải lúc nào cũng nhìn thấy rõ trên lòng bàn tay và chúng có thể rất nhỏ. Chấm là dấu hiệu tạm thời dừng lại các phẩm chất của bất kỳ Đường nào mà nó có thể được tìm thấy. Trên Đường Trí, sốc hoặc chấn thương. Trên Đường Sinh, bệnh đột ngột. Trên Đường Sức Khỏe, sốt. Trên tất cả các Đường khác, nó dường như ít có ý nghĩa hơn. Các Chấm trên một Đường làm suy yếu nó và ngăn cản sự phát triển của nó. Các Chấm đại diện cho những lo ngại về sức khỏe kém, các mối quan hệ hoặc một loại trải nghiệm tiêu cực khác. Chúng cũng có thể đại diện cho những sự kiện quan trọng và to lớn đã tạo ra khủng hoảng trong cuộc sống của bạn. Chúng cũng là dấu hiệu cảnh báo về nguy hiểm trong đường đời của bạn. Theo kinh nghiệm, các Chấm đã biến mất khi những hoàn cảnh và vấn đề không may được giải quyết, vì vậy sự xuất hiện của chúng không phải là vĩnh viễn. Katharine St. Hill trong "The grammar of palmistry", các chấm có thể là dấu hiệu tốt hoặc xấu tùy thuộc vào vị trí của chúng. Chấm trắng trên Đường Tâm - Thành công trong tình yêu. Chấm đỏ trên Đường Tâm cũng có nghĩa tương tự, nhưng trong trường hợp này, người đó cũng có tình cảm rất sâu sắc; nhưng nếu có dấu hiệu bệnh tật trên Đường Sức Khỏe và Đường Sinh, nó có thể thay vào đó có nghĩa là bệnh tim. Chấm đen trên Đường Trí - Sốt. Chấm trắng trên Đường Trí - Thành công trong khám phá, tùy theo gò mà chúng nằm bên dưới; ví dụ, dưới gò Thuỷ Tinh, trong khoa học; dưới gò Thái Dương, trong nghệ thuật hoặc văn học; dưới gò Thổ, trong đầu cơ. Chấm trên Đường Sức Khỏe - Bệnh tật; nếu sẫm màu, thương hàn hoặc sốt khác. Chấm trên Đường Hôn Nhân - Góa bụa do chết đột ngột.

Ý NGHĨA CỦA CÁC ĐẢO (ISLANDS)

Biểu thị sự gián đoạn bất lợi trong cuộc sống. Chỉ ra giai đoạn căng thẳng, có thể trong sự nghiệp hoặc do một người nào đó gây căng thẳng về mặt tinh thần do mối quan hệ xấu. Chúng cũng cho biết sự sợ hãi và sức khỏe yếu, đặc biệt là bệnh tim di truyền hoặc sự rối loạn/suy giảm năng lượng của bạn. Điều quan trọng là phải nhìn kỹ vào hòn đảo để chắc chắn rằng nó kết thúc và các đường tiếp tục kéo dài. Đảo trên đường Sinh, ở vị trí kết thúc đường là nguy hiểm và có thể dẫn đến các tình huống như tự tử. Katharine St. Hill trong "The grammar of palmistry", Đảo luôn là những dấu hiệu xấu trên bàn tay, nhưng cần thận phân biệt chúng với các đường nhánh nhỏ và các nhánh cắt ngang đường chính. Đảo được tạo thành do một đường phân chia thành hai nhánh đều nhau, kéo dài một đoạn ngắn và sau đó hợp lại thành một đường duy nhất. Đảo trên Đường Sinh - Bệnh tật, thường do di truyền. Đảo trên Đường Trí - Bệnh tật khiến chủ thể bị mê sảng. Đảo trên Đường Tâm - Một mối quan hệ không may mắn. Đảo trên Đường Mệnh - Hạnh phúc bị phá hoại bởi sự can thiệp của kẻ thù. Đảo trên Đường Sức Khỏe - Bệnh về gan hoặc khó tiêu; đôi khi là trộm cắp hoặc phá sản.

Ý NGHĨA CỦA CÁC SAO (STARS)

Sao trên lòng bàn tay cho biết sự thành công và may mắn trong lĩnh vực/gò/đường mà chúng xuất hiện. Nhưng, một ngôi sao xuất hiện trên đường Sinh mệnh có thể đại diện cho một cuộc hỗn loạn lớn trong đời sống. Nếu một ngôi sao được tìm thấy ở cuối một đường, nó có thể báo hiệu sự nổi tiếng và thành tích vĩ đại. Nó cũng cho thấy sự thành công trong các mối quan hệ. Nếu được tìm thấy trên đường hoặc gò của Sao Thổ, những ngôi sao này có thể báo hiệu sự bất hạnh, vấn đề về cảm xúc và thiếu tự tin trong sự nghiệp. Trên Gò Mộc Tinh, Ngôi Sao hứa hẹn thêm danh dự, quyền lực và địa vị. Trên Gò Mặt Trời, nó mang lại sự giàu có và vinh quang, nhưng thường gắn liền với cuộc sống xã hội. Trên Gò Sao Thủy, thành công khác thường trong thương mại, kinh doanh, khoa học hoặc sự hùng biện tuyệt vời, theo các dấu hiệu khác của bàn tay. Trên Gò Sao Hỏa dưới Mộc Tinh, sự khác biệt và nổi tiếng vĩ đại trong cuộc sống quân sự hoặc trong một trận chiến quyết định nào đó, mang lại danh tiếng cho phần còn lại của sự nghiệp. Trên Gò Sao Hỏa dưới Sao Thủy, nó mang lại danh dự chiến thắng bằng tinh thần chiến đấu với cuộc sống. Trên Gò Mặt Trăng, nó là dấu hiệu của sự nổi tiếng lớn xuất phát từ các phẩm chất của Gò này, tức là thông qua trí tưởng tượng hoặc khả năng sáng tạo. Trên Gò Sao Kim, Ngôi Sao ở trung tâm Gò này cũng là dấu hiệu của thành công, nhưng liên quan đến từ trường tính dục, nó mang lại thành công phi thường liên quan người khác giới. Trên Gò Sao Thổ, đó là dấu hiệu duy nhất không thuận lợi của dấu hiệu đặc biệt này, và trên Gò này, nó mang lại sự khác biệt, nhưng là một điều đáng sợ. Một người như vậy sẽ là trò chơi của số phận, một người được chọn cho một phần khủng khiếp trong bi kịch của cuộc đời. Cuộc đời của một người như vậy sẽ kết thúc trong một thảm họa khủng khiếp, nhưng một thảm họa sẽ khiến tên tuổi của anh ta được mọi người biết đến. Một vị vua có lẽ vậy, nhưng một người được trao vương miện bởi sự diệt vong. Katharine St. Hill trong "The grammar of palmistry", Ngôi sao là những định mệnh, hoàn cảnh hoặc sự kiện mà bản thân con người không thể kiểm soát và không cần chịu trách nhiệm. Ngôi sao trên gò Mộc - Vinh dự và tài lộc cao. Ngôi sao trên gò Thổ - Nguy hiểm chết người đột ngột hoặc bạo lực. Ngôi sao trên gò Thái Dương - Giàu có và bất hạnh; hoặc, với Đường Mệnh tốt, nổi tiếng do may mắn, và không bền vững. Ngôi sao trên gò Thủy - Nguy hiểm trộm cắp hoặc mất danh dự, do chính chủ thể hoặc người thân cận gây ra. Trong một bàn tay giỏi và tài năng, ngôi sao này được cho là dấu hiệu của một nhà văn thành đạt. Ngôi sao trên gò Hỏa Tinh - Giết người, nguy hiểm bị ám sát, chết trận. Ngôi sao trên Đồng Bằng Hỏa Tinh - Vinh dự và vinh quang quân sự. Ngôi sao trên gò Thái Âm - Nguy hiểm chết đuối, hoặc dấu hiệu bệnh tật. Ngôi sao trên gò Kim - Rắc rối do tình yêu hoặc hôn nhân; nếu gần Đường Sinh, là kiện tụng. Ngôi sao trên Đường Trí thấp xuống trên gò Thái Âm - Nguy hiểm về điên cuồng hoặc mất trí trong gia đình; cao hơn trên Đường Trí gần gò Hoả Tinh - nguy hiểm mù lòa. Ngôi sao trên Đường Mệnh - Một thảm họa.

Ý NGHĨA CỦA CÁC HÌNH VUÔNG (SQUARES)

Hình Vuông thường được gọi là Dấu Bảo Vệ. Nó cho thấy thoát khỏi nguy hiểm vào thời điểm cụ thể mà nó xuất hiện. Khi nằm trên Đường Sinh mệnh, nó có nghĩa là bảo vệ khỏi cái chết. Trên Đường Số mệnh, bảo vệ khỏi mất mát, và cứ như vậy với từng phẩm chất được đại diện bởi các đường khác nhau. Hình vuông là một dấu hiệu tích cực trên lòng bàn tay và cho biết sự bảo vệ, đặc biệt khi chúng xuất hiện xung quanh các điểm gãy trên đường. Chúng tượng trưng cho sự may mắn từ các lực bên ngoài, ví dụ như thiên thần hộ mệnh, người thầy hoặc người hướng dẫn tâm linh. Nhưng, một hình vuông có thể đại diện cho một khoảng thời gian bị nhốt trong hoặc giam cầm nếu nó nằm trên một đường không bị đứt đoạn.

Katharine St. Hill trong "The grammar of palmistry", hình vuông thường là một dấu hiệu tốt, mang lại sức mạnh và năng lượng cho bất kỳ gò hoặc ngón tay nào mà nó xuất hiện, ngoại trừ trường hợp trên gò Kim, khi đó nó báo trước sự giam cầm, tu viện hoặc sống ẩn dật. Trên các đường chỉ tay, người ta cho rằng nó cho thấy sự bảo vệ khỏi tai nạn.

Ý nghĩa của các Tua Rua (Tassles)

Đường Tua Rua không phải là dấu hiệu tốt. Chúng làm suy yếu bất kỳ dấu hiệu nào mà bản thân đường này biểu thị, và ở cuối Đường Sinh mệnh, chúng báo trước sự mất mát tất cả năng lượng thần kinh.

Tua rua, còn cho biết sự bối rối hoặc hỗn loạn về một tình huống hoặc vấn đề cụ thể. Chúng cũng có thể cho biết sự suy giảm về thể chất, cảm xúc hoặc tâm linh. Nó thường được tìm thấy ở cuối đường Sinh mệnh khi một người già đi.

Ý NGHĨA CỦA CÁC VẠCH NGANG (TRANSVERSE MARKINGS)

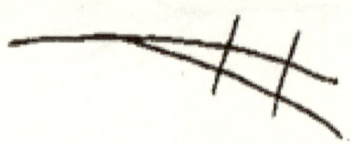

Đây là những biểu tượng tiêu cực và chúng lấy đi sức mạnh và làm giảm năng lượng tích cực của đường hoặc gò mà chúng được tìm thấy. Chúng tạo ra chướng ngại vật ở bất cứ nơi nào chúng xuất hiện. Nó cũng cho biết rằng bạn có thể đang sử dụng kỹ năng của mình cho mục đích xấu.

Ý NGHĨA CỦA CÁC ĐƯỜNG XÍCH (CHAINED LINE)

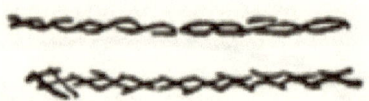

Đường Xích cho thấy thiếu sức mạnh hoặc kiên định về mục đích.

Ý NGHĨA CỦA CÁC HÌNH TAM GIÁC (TRIANGLE)

Hình Tam Giác không bao giờ là một dấu hiệu may mắn theo Chiero. Bất cứ nơi nào nó xuất hiện, nó làm giảm hứa hẹn của Đường hoặc Gò mà nó có thể được tìm thấy. Trên Đường Sinh mệnh, nó cho thấy sự nhạy cảm hoặc bệnh tật vào ngày cụ thể mà nó xuất hiện. Trên Đường Đầu, yếu não, nguy hiểm mắc bệnh não. Trên Đường Tâm, yếu tim, và đặc biệt là khi dưới Gò Mặt Trời. Trên Đường Số mệnh, mất mát nặng nề trong các vấn đề trần tục, lo lắng và bồn chồn về số phận của chủ thể. Trên Đường Mặt Trời, mất vị trí và thường là do một số scandal. Trên Đường Sức Khỏe, bệnh tật nghiêm trọng; nếu ở phần trên của Đường và với móng tay tròn nhỏ, thì là các vấn đề về cổ họng và phế quản. Đường Sức Khỏe trên Gò Mặt Trăng, nó cho thấy xu hướng nghiêm trọng đối với các vấn đề về thận và bàng quang. Katharine St. Hill trong "The grammar of palmistry", Tam giác là một dấu hiệu thuận lợi, cho thấy khả năng theo đuổi các hoạt động khoa học. Tam giác trên gò Mộc - Ngoại giao thành công. Tam giác trên gò Thổ - Yêu thích khoa học huyền bí, thôi miên, thần bí, mê tín dị đoan. Tam giác trên gò Thái Dương - Thành công trong nghệ thuật hoặc văn học, nghệ thuật khoa học, kiến trúc, điêu khắc. Tam giác trên gò Thủy - Thành công trong chính trị, hoặc trong một ngành nghề học thuật. Tam giác trên gò Hỏa - Vinh quang quân sự, chiến thuật chiến tranh. Tam giác trên gò Thái Âm - Lý trí và trực giác. Tam giác trên gò Kim - Thận trọng trong tình yêu, tính toán trong hôn nhân.

Ý NGHĨA CỦA CÁC CÂY CHĨA BA (TRIDENTS)

Một cây Chĩa Ba trên lòng bàn tay cũng là một dấu hiệu rất may mắn. Nó luôn làm tăng chất lượng của các đường hoặc gò mà nó xuất hiện. Nó thậm chí còn có tác dụng tích cực đối với các gò lân cận. Nó mang lại may mắn và bạn sẽ hạnh phúc, khỏe mạnh và giàu có trong cuộc sống.

Ý NGHĨA CỦA CÁC CÁC NHÁNH ĐƯỜNG (BRANCHED LINES)

Các nhánh đường hướng lên trên có thể cho biết rằng bạn đã vượt qua một số trở ngại trong cuộc sống bằng chính sự quyết tâm của mình. Chúng cho biết một người sẽ thành công và đạt được mục tiêu của họ trong một khoảng thời gian. Chúng cũng cho thấy sự hy vọng và một cái nhìn tốt về cuộc sống. Có một thái độ lý tưởng và tích cực gắn liền với những đường này. Các nhánh đường hướng xuống dưới đại diện cho những thời điểm mà một tình huống đã vượt khỏi tầm kiểm soát của bạn. Chúng cho thấy sự bi quan, không hạnh phúc, năng lượng tiêu cực và thua lỗ. Sự xuất hiện của chúng trên lòng bàn tay cũng biểu thị một người không suy nghĩ theo hướng tích cực. Tùy thuộc vào đường mà các nhánh đường hướng xuống xuất hiện, nó sẽ làm giảm sức mạnh của đường đó và rút cạn năng lượng của nó.

Ý NGHĨA CỦA CÁC CÁC ĐƯỜNG DỌC (VERTICAL LINES)

Các đường Dọc thường là những dấu hiệu tốt, đại diện cho năng lượng tích cực. Đừng nhầm lẫn các đường này với các đường chị em. Một số người có thể có nhiều đường dọc ở các khu vực khác nhau trên lòng bàn tay. Chúng là dấu hiệu của một người có thể làm việc trong lĩnh vực chăm sóc sức khỏe hoặc y tế. Nếu chúng được tìm thấy trên các gò hoặc các đường khác, chúng sẽ làm giảm hoặc trung hòa bất kỳ phẩm chất tiêu cực nào có thể còn sót lại. Nếu chúng cắt ngang một đường ngang, đó là dấu hiệu cho thấy bạn đã vượt qua những thử thách và gian khổ.

Ý NGHĨA CỦA CÁC HÌNH TRÒN (CIRCLE)

Trên Gò Mặt Trời, Hình Tròn có lợi, còn trong tất cả các vị trí khác, nó không có lợi. Trên Gò Mặt Trăng, nó ám chỉ chết đuối.

Ý NGHĨA CỦA CÁC ĐƯỜNG CHẺ NGẢ (FORKED LINES)

Đường Chẻ Ngả thường tốt và tăng chất lượng của dấu hiệu đặc biệt. Khi ở cuối Đường Đầu, ngã ba cho thấy nhiều hơn cái được gọi là tâm lý kép và ít khả năng tập trung vào bất kỳ chủ đề nào.

Ý NGHĨA CỦA CÁC ĐƯỜNG SÓNG (WAVY LINES)

Đường Sóng cho thấy sự không chắc chắn, thiếu quyết đoán và thiếu sức mạnh. Khi đi cùng các biểu tượng như đảo, ám chỉ đến người thiếu quyết đoán, thiếu thành công trong cuộc sống.

Ý NGHĨA CỦA CÁC ĐƯỜNG GÃY (BROKEN LINES)

Đường Gãy phá hủy ý nghĩa của đường tại vị trí cụ thể nơi xuất hiện vết gãy, nhưng nếu một đường kết thúc trên đường kia, vết gãy không quá tệ và chất lượng của đường sẽ được tiếp tục.

Ý NGHĨA CỦA CÁC ĐƯỜNG CHỊ EM (SISTER LINES)

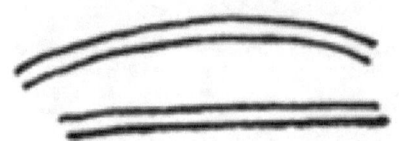

Đường Chị Em tăng hoặc gấp đôi sức mạnh của bất kỳ đường nào, và khi nằm gần nhau trên Đường Trí, chúng mang lại cho nó sức mạnh và hứa hẹn lớn.

Ý NGHĨA CỦA CÁC ĐƯỜNG ĐẢO (ISLANDS LINE)

Đảo luôn xấu và biểu thị sự yếu kém hoặc thất bại của Đường hoặc Gò mà chúng có thể được tìm thấy.

Ý NGHĨA CỦA CÁC ĐƯỜNG ĐI LÊN (ASCENDING LINES)

Đường Đi Lên tốt từ bất kỳ đường nào mà chúng xuất hiện. Từ Đường Sinh mệnh, chúng biểu thị năng lượng tăng lên bất cứ nơi nào chúng xuất hiện. Nếu chúng chạy đến bất kỳ Gò hoặc phần cụ thể nào của bàn tay, chúng cho thấy nỗ lực hoặc năng lượng tăng lên sẽ theo hướng cụ thể đó.

Ý NGHĨA CỦA CÁC ĐƯỜNG ĐI XUỐNG (DESCENDING LINES)

Đường Đi Xuống ngược lại và có nghĩa là mất sức mạnh.

MÀU SẮC CÁC LOẠI ĐƯỜNG KHÁC NHAU

Các đường trên lòng bàn tay nên được đánh dấu rõ ràng, có màu hồng hoặc đỏ tươi đẹp, và chúng không nên bị đứt đoạn, chéo, lỗ hoặc bất kỳ dấu hiệu bất thường nào. Khi có màu rất nhợt nhạt, chúng cho thấy thiếu sức mạnh và mất năng lượng, và thường là sức khỏe kém. Khi có màu cực kỳ đỏ, chúng cho thấy năng lượng quá mức và tính cách hơi bạo lực. Khi có màu vàng, chúng cho thấy xu hướng bị bệnh về mật và gan, và do đó cho biết bản chất ủ rũ u sầu.

Các đường chẻ ngã thường tốt và tăng chất lượng của dấu hiệu đặc biệt. Khi ở cuối Đường Đầu, ngã ba cho thấy nhiều hơn về cái gọi là tâm trí kép và ít khả năng tập trung vào bất kỳ chủ đề nào. Các đốm trên một Đường làm suy yếu nó và ngăn cản sự phát triển của nó.

Khi toàn bộ bàn tay được phủ kín bởi một mạng lưới các đường nhỏ, điều đó cho thấy tính cách rất hay lo lắng và thường lo lắng về tinh thần và thiếu quyết đoán.

Chương bảy:

HÌNH DẠNG BÀN TAY VÀ NGÓN TAY

Trong chương này, chúng tôi cung cấp đến cho người đọc các thông tin về những loại bàn tay điển hình trong Chưởng Tướng học như bàn tay tham lam, bàn tay hạnh phúc với các dấu hiệu, vị trí đường và hình thái gò trong lòng bàn tay.

Các kiến thức được tham chiếu đến các tư liệu nổi tiếng như bản thảo của Eadwine Psalter và Metham, Cuộn Giấy Digby IV, và các nhà huyền học như V. de Metz, Katharine St. Hill, Rosa Baughan, Chiero. Qua đây, người đọc có thể hình dung khái quát về các kiểu bàn tay điển hình, và hiểu rõ vấn đề giữa tay phải và tay trái trong việc xem Chỉ Tay.

VỀ BÀN TAY TRÁI VÀ PHẢI

Cả hai bàn tay nên được xem xét cùng nhau để xem chúng có tương đồng hay không. Khi chúng giống nhau, dấu hiệu của bất kỳ dấu hiệu nào cũng được xác định rõ ràng hơn. Khi có một dấu hiệu nào đó được đánh dấu trên bàn tay trái mà không có trên bàn tay phải, thì bản chất sẽ có khuynh hướng đó, nhưng nếu nó không được đánh dấu trên bàn tay phải thì nó sẽ không bao giờ đơm hoa kết trái hay đạt được bất kỳ kết quả nào. Khi cả hai bàn tay hoàn toàn giống nhau, điều đó cho thấy chủ thể này không phát triển theo bất kỳ cách nào từ những gì di truyền hoặc thiên nhiên đã ban tặng cho họ. Theo Katharine. St. Hill, một trong những khó khăn lớn nhất của Xem tướng bàn tay là sự khác biệt giữa các đường trên bàn tay trái và bàn tay phải. Nói một cách rộng rãi, bàn tay trái cho thấy những gì được định sẵn cho bạn trong cuộc sống, còn bàn tay phải cho thấy những gì bạn làm với nó. Bàn tay trái là thụ động, bàn tay phải là chủ động. Hình dạng của bàn tay, giống như bản chất tự nhiên, là do di truyền và không thể thay đổi nhiều. Nhưng các đường cho thấy những thói quen bạn nuôi dưỡng, tính cách bạn hình thành và những biến cố thay đổi hoặc củng cố tính cách đó. Do đó, các đường trên bàn tay luôn thay đổi ít nhiều tùy theo các sự kiện trong cuộc sống về mặt tinh thần và thể chất.

VỀ CÁC NGÓN TAY THEO V. DE METZ

Theo V. de Metz trong cuốn Hand-book of Modern Palmistry đã liệt kê hình dạng các ngón tay trong Chiromancy như sau: Ngón tay với hình dáng ngắn, dày, đầu phình: Kẻ trộm, kẻ nói dối, thường có bản năng xấu, tàn ác. Gốc phình to: Bản năng thô tục, phàm ăn, ham mê nhục dục. Dài và ngo ngoe: Kẻ lưu manh, kẻ mạo danh. Khi các ngón tay khép lại giống như đánh trống: Đa đoan, hay có những ý kiến không hay về người khác. Xoe rộng: Nghèo khổ, ăn nói trống rỗng, không có khả năng kiếm tiền. Thường xuyên cong ra sau: Bất công, xảo quyệt, gian manh. Dễ dàng bẻ ra sau với sự trợ giúp của bàn tay kia: Thông minh, ham học hỏi, khéo léo. Mạnh mẽ và nhiều xương: Thận trọng, năng lực. Run rẩy: Nghiện rượu. Co giật từng cơn: Tính khí căng thẳng, dễ xúc động. Vị trí không đúng, hình dạng không cân đối: Thiếu năng lượng, phù phiếm, nghèo đói.

Tất cả các đốt ngón đều rất nổi: Có phương pháp, đúng giờ, thích suy ngẫm. Không có các đốt ngón (ngón tay mịn): Có xu hướng nghệ thuật, tâm trí được hướng dẫn bởi trực giác chứ không phải bằng lý luận. Đốt ngón giữa và đốt ngón thứ hai ("đốt ngón triết học"): Ý tưởng được hệ thống hóa tốt. Đặc trưng cho những người lý luận, hoài nghi; nếu các ngón tay còn lại mịn màng, thì là những người theo chủ nghĩa Utopia (không tưởng). Đốt ngón giữa và ngón cái: Rất phát triển lòng yêu thích hệ thống trong tất cả các vấn đề vật chất. Đốt ngón tay này thường thấy ở thương nhân, nhà đầu cơ và khi quá mức, ở những người ích kỷ. Các ngón tay hình chóp và không có đốt ngón: Không có khả năng hiểu cuộc sống thực tế. Đặc trưng cho nhà thơ, nghệ sĩ, người mơ mộng. Thích thú với những tinh tế của cuộc sống. Nói nhiều và phù phiếm. Ngón tay hình chóp có đốt ngón (đầu ngón): Chất thơ của trí tuệ; xu hướng triết học; khả năng suy luận và năng khiếu khoa học. Ngón tay mịn và hình chóp, đốt ngón mọc móng có màu hổ phách trong suốt: Bàn tay của một nhà tư tưởng tự do; coi thường sự chuyên quyền dưới mọi hình thức; tình cảm tôn giáo mà không phụ thuộc vào tín điều hay hình thức. Ngón tay mịn và trong suốt: Hiếu kỳ, thiếu thận trọng.

VỀ BÀN TAY CỦA THẤT ĐẠI TỘI THEO V. DE METZ

Bàn Tay Kiêu ngạo (*Mỗi đặc điểm có thể được xem xét riêng biệt*): Ngón tay dài: Tính keo kiệt. Ngón tay co rút và nhiều nút: ích kỷ, tính cách độc đoán. Ngón tay hình chóp, đặc biệt là ngón trỏ: Bướng bỉnh. Đốt ngón tay đầu tiên của ngón cái rất dài: Cố chấp, coi thường người khác. Đốt ngón tay thứ hai của ngón cái rất ngắn: Thiếu khả năng logic. Gò Mộc quá phát triển: Kiêu ngạo quá mức. Một nhánh của Đường Sinh đi lên hướng Gò Mộc với một ngôi sao ở cuối, trên chính gò đó: Kiêu ngạo đến mức điên cuồng. Đường Trí ngắn hay Gò Thổ bị các đường chéo bao phủ: Kiêu ngạo đến mức điên cuồng.

Bàn Tay Dâm dục: Bàn tay nhỏ, mập, mềm mại, với lúm đồng tiền: Yêu thích thú vui trần thế, tương tự với ngón tay rộng ở gốc. Ngón tay nhọn: Xu hướng hưởng thụ vật chất. Ngón cái, đốt móng tay ngắn: Vô tri, yếu đuối. Lòng bàn tay mềm: Tâm tính dễ bị kích động bởi trí tưởng tượng. Gò Kim Tinh quá phát triển, được bao phủ bởi các đường cắt nhau: Dục vọng tình dục mạnh mẽ. Gò Mặt Trăng quá phát triển: Ham muốn được nâng cao bởi trí tưởng tượng. Nhẫn Kim Tinh ngắn, không kéo dài đến Gò Thủy Tinh: Lăng nhăng. Nhẫn Kim Tinh đứt đoạn, đôi hoặc ba: Dâm dục không kiềm chế. Đường Tình rộng và nhợt nhạt: Lăng nhăng, máu lạnh. Đường Tình có màu đỏ hoặc tím: Dâm dục. Một chữ X trên đốt giữa của ngón trỏ, hay nhiều đường sâu chạy từ gốc ngón cái đến Đường Sinh, Ngôi sao trên ngón cái, gần móng tay: Cùng dấu hiệu Dâm dục.

Bàn Tay Giận dữ: Bàn tay rất cứng, có màu xanh lục. Ngón tay mịn và thuôn dài. Ngón cái, đốt móng tay rất ngắn và hình quả bóng. Đường Sinh rộng, lõm, đỏ: Bạo lực. Vùng liên quan đến Sao Hỏa có nhiều vệt, với một chữ X ở giữa: Hay cãi nhau. Gò Sao Hỏa phẳng và có nhiều vệt: Cơn thịnh nộ. Toàn bộ bàn tay được phủ đầy các vệt: Cực kỳ dễ cáu gắt.

Bàn Tay Lười biếng: Bàn tay mập, rất mềm và dịu dàng. Ngón tay nhọn và mịn: Cuộc sống mộng mơ, đầy lãng mạn. Ngón cái, đốt ngón tay ngắn: Vô tâm. Gò Mộc không có: Thiếu tham vọng. Gò Kim Tinh bình thường, không có vệt, không gồ ghề: Ít tình cảm. Gò Thủy Tinh không có hoặc bằng phẳng, không có nếp nhăn: Không có khuynh hướng nghiên cứu khoa học. Gò Mặt Trời bằng phẳng: Thiếu ý tưởng nghệ thuật, yêu tiền. Đường Sinh hẹp, nhạt: Thiếu năng lượng sống.

Bàn Tay Tham lam: Da trên mu bàn tay khô héo và nhăn nheo. Ngón tay vuông hoặc cực kỳ nhọn. Ngón tay dài, rất mỏng, khô héo. Ngón tay nhiều nút. Các ngón tay gần nhau đến mức khó nhìn thấy giữa chúng. Ngón cái vặn vẹo như thể cong về phía các ngón tay; quay về phía ngón cái như thể để nắm lấy nó. Gò Mặt Trăng không có: Thiếu trí tưởng tượng. Gò Thủy Tinh đầy đủ kích thước, bị cản trở: Xu hướng ăn trộm. Đường Trí rất thẳng

Bàn Tay Đố kỵ: Bàn tay dài, khô héo, xương xấu: Tình cảm khô héo. Ngón tay hình thìa: Hoạt động của trí tưởng tượng. Ngón cái, đốt móng tay dài: Bản tính thích thống trị. Ngón cái, đốt ngón giữa ngắn: Khả năng lý luận kém. Gò Mộc quá phát triển và bị cản trở: Kiêu ngạo vô hạn. Gò Mặt Trời quá phát triển và bị cản trở: Khao khát danh tiếng và giàu có quá mức và bất lực. Gò Thủy Tinh quá rộng: Trí tưởng tượng rắc rối. Đường Tâm rất ngắn: Ích kỷ. Giữa Đường Trí và Đường Sinh có một khoảng trống khá kín.

Bàn Tay Tham ăn: Bàn tay ngắn, mập, đầy đặn, hồng hào và linh hoạt: Sự tận tâm với thế giới giác quan. Lòng bàn tay dài hơn ngón tay: Thói quen tình dục quá mức. Ngón cái ngắn, đốt móng tay dài: Liều lĩnh, yếu đuối. Ngón cái, đốt ngón giữa rất ngắn: Ghét tranh cãi. Gò Mộc đầy đủ: Thích thú ăn uống. Gò Mặt Trăng đầy đủ kích thước: Không thích ồn ào. Gò Kim Tinh mịn màng và kích thước trung bình: Bình yên trong tình yêu.

Đường Tâm ngắn và không có nhánh: Ích kỷ. Đường Trí ngắn: Tham ăn tàn bạo. Đường Trí đẹp và dài: Sự tinh tế trong việc thỏa mãn khẩu vị.

VỀ BÀN TAY THEO ROSA BAUGHAN

Về Bàn Tay Hạnh Phúc: Theo Rosa Baughan trong cuốn The Handbook of Palmistry: Bao gồm những dấu hiệu hạnh phúc, vui vẻ, thành công nhất trên bàn tay. Đó là: Đường Sinh Kép: nghĩa là sức khỏe tốt và trường thọ. Đường Thổ thẳng và được xác định rõ ràng cho đến khi nó kết thúc trên Gò Sao Thổ, điều đó cho thấy hạnh phúc trong cuộc sống gia đình và may mắn đến cuối đời. Các nhánh ở đầu và cuối Đường Tình Cảm, sức mạnh của sự dịu dàng nồng nàn. Hình chữ Thập trên Gò Sao Mộc, tình yêu và hôn nhân. Vòng Kim Sao, sức mạnh của sự gắn bó mãnh liệt và lòng cảm thông sâu sắc. Đường Trí dài với các nhánh đến Gò Mặt Trăng, năng khiếu trí tuệ và trí tưởng tượng phong phú. Đường Mặt Trời trực tiếp, thành công trong nghệ thuật và nổi tiếng. Sự kết hợp của Gò Kim với Gò Thủy, tình yêu và may mắn trong tình cảm. Đường Sức Khỏe mạnh cho thấy một thể chất cường tráng. Ba nhánh trên cổ tay, sức sống dồi dào và trường thọ. Một Chữ Thập trên Gò Sao Kim. Điều này, được kết hợp với chữ Thập trên Gò Sao Mộc, cho thấy hạnh phúc trong đời sống hôn nhân. Khi Đường Sinh, thay vì bắt đầu từ cạnh bàn tay, lại bắt nguồn từ Gò Sao Mộc, điều này hiếm khi xảy ra, nó biểu thị một cuộc sống với tham vọng thành công, danh dự và nổi tiếng - những phẩm chất do ảnh hưởng của Sao Mộc mang lại.

Bàn Tay Chữ M: Theo Rosa Baughan trong cuốn The Handbook of Palmistry chữ M, được hình thành ít nhiều đều đặn trên mọi bàn tay bởi Đường Đời, Đường Trí và Đường Tình Cảm, đại diện cho ba thế giới: vật chất, tự nhiên và thần thánh. Thứ nhất, Đường Đời, bao quanh Tình Yêu và Sinh Sôi, được đại diện bởi ngón cái, vốn được coi là linh thiêng đối với Sao Kim - thế giới vật chất, hoặc thế giới của giác quan - nhưng Gò Sao Kim có thể làm thoái hóa tình yêu thành tệ nạn, hoặc hoàn thiện nó thành sự dịu dàng. Với bản năng cao quý, Gò Sao Kim là một phẩm chất tốt, vì nếu thiếu nó, tất cả các ham muốn khác đều cứng nhắc và ích kỷ. Dòng thứ hai - Đường Trí - trải dài trên thế giới tự nhiên; nó đi ngang qua Đồng Bằng Sao Hỏa và Gò Sao Hỏa, đại diện cho cuộc đấu tranh giữa Tình Yêu và Lý trí trong cuộc sống - thế giới tự nhiên, cuộc sống như nó diễn ra đối với hầu hết mọi người. Trên bàn tay có Đồng Bằng Sao Hỏa và Gò Sao Hỏa; cả hai đều có nghĩa là một cuộc đấu tranh: Gò là cuộc đấu tranh chống lại; Đồng Bằng Sao Hỏa (nằm giữa Đường Trí và Đường Tình Cảm) là cuộc đấu tranh xâm lược. Dòng thứ ba, Đường Tình Cảm, bao bọc thế giới thần thánh, vì nó bao quanh các gò đại diện cho

Tôn Giáo (Sao Mộc); Số Phận (Sao Thổ); Nghệ Thuật (Mặt Trời); Khoa Học (Sao Thủy); tất cả đều đặc biệt chịu ảnh hưởng của ánh sáng hoặc chất lưu từ các hành tinh. Theo tỷ lệ - tỷ lệ tương đối - mà ba đường này có với nhau, thì cuộc sống sẽ bị chi phối bởi ba thế giới khác nhau được đại diện. Vì vậy, chúng ta có một bàn tay mà trong đó ham muốn vật chất (giác quan) thống trị: đường ranh giới của thế giới vật chất bao bọc một không gian lớn hơn nhiều so với hai đường khác. Không cần thiết phải đưa ra thêm những ví dụ về những điểm khác biệt này, vì rốt cuộc, vấn đề này chỉ là một bản tóm tắt những gì đã được nói trước đây về sức mạnh điều chỉnh mà một đường có đối với các đường khác. Cho dù phạm vi ham muốn nhục dục rộng rãi trên bàn tay, nhưng Đường Trí lại tốt và rộng, thì ham muốn trước đây sẽ được điều chỉnh bởi nó, vì lý trí thống trị cảm xúc; hoặc giả sử sức mạnh nhục dục mạnh mẽ, với phạm vi rộng lớn đối với thế giới thần thánh bằng không gian được chiếm giữ giữa Đường Tình Cảm và các gò, và một lần nữa, tôn giáo, lòng yêu nghệ thuật và khoa học sẽ điều chỉnh và kiềm chế ham muốn nhục dục quá độ. Trong việc xem tướng bàn tay, mỗi đường phải được đánh giá theo tham chiếu với các đường khác, và bàn tay phải được xem xét trên tất cả các khía cạnh của nó, trước khi có thể đưa ra ý kiến về khuynh hướng mà nó chỉ ra với bất kỳ mức độ chính xác nào.

BÀN TAY THEO KATHARINE ST. HILL

Bàn Tay Bệnh Tật: Theo Katharine St. Hill trong "The grammar of palmistry", Các dấu hiệu bệnh tật trên bất kỳ vị trí nào trên bàn tay không nên được chấp nhận trừ khi có bằng chứng xác nhận trên Đường Sự Sống hoặc Đường Sức Khỏe thông qua các đường cắt ngang, đường đứt đoạn, chấm, ngôi sao hoặc các dấu hiệu bất lợi khác. Màu sắc và độ rộng của các đường nói chung, và kết cấu của da, thường cho thấy sức khỏe và bệnh tật một cách chính xác. Đường rộng và nhợt nhạt - Sức khỏe kém và mệt mỏi. Đường rất đỏ - Dễ bị sốt. Đường rất vàng - Dễ bị các bệnh nội tạng. Đường có màu không đều - Sức khỏe không ổn định. Da mềm mại và lòng bàn tay mát - Sức khỏe tốt. Da nóng khô - Dễ bị sốt. Da nóng ẩm - Dễ bị bệnh lao phổi. Da lạnh ẩm - Dễ bị bệnh gan. Da lạnh khô và nứt nẻ - Bệnh thần kinh. Móng tay mỏng giòn - Sức khỏe yếu. Móng tay có khía - Dễ bị bệnh lao phổi. Móng tay cong - Dễ bị bệnh lao phổi hoặc bệnh cột sống. Nhiều đường trên bàn tay cho thấy thể chất tự nhiên không được khỏe. Càng ít đường vân thì sức khỏe càng tốt. Nhiều đường nhỏ trên Đường Trí và Đường Tâm - Đau đầu và thần kinh. Ngón Giữa phát triển, Đường Mệnh dài và Đường Sức Khỏe có nhiều hình xích - Mất răng hoặc đau răng. Đảo trên các đường -

Bệnh di truyền. Đường đứt đoạn hoặc chấm trên các đường vân - Bệnh nặng; nếu xuất hiện trên cả hai bàn tay - thường gây tử vong. Ngôi sao trên gò Thổ - Bại liệt. Ngôi sao trên gò Thái Âm - Suy nhược hoặc bệnh do lo lắng và phiền muộn. Chữ thập trên gò Thái Âm - Điên cuồng trong gia đình. Chữ thập trên Đường Sinh - Nguy hiểm. Đường Trí bị đứt đoạn - Gãy chi hoặc tai nạn. Hình Tròn trên Đường Trí hoặc Chữ thập ở rất cao - Mất thị lực. Ngôi sao trên Đường Trí - Sốc. Ngôi sao trên Đồng Bằng Hỏa Tinh - Mất thị lực. Nhiều đường và hình xích, ngón tay hình thìa, lòng bàn tay mềm, đốt thứ hai của ngón cái kém - Hysteria.

BÀN TAY THEO CUỘN GIẤY DIGBY IV

Bản thảo gốc được lưu giữ tại Thư viện Bodleian, Oxford, niên đại khoảng năm 1440. Các đường và tên gọi trong bản thảo này khá khác biệt so với tên gọi hiện đại. Các Bộ Phận của Bàn Tay: Các đường gồm: Đường Sinh Mệnh (The lyne of Lyfe), Đường Chỉ Tay (The lyne of the Table), Đường Trí (The lyne of the Head), Đường Gan và Dạ Dày (The lyne of Liver and Stomack), Hình Tam Giác: được tạo thành bởi Đường Sinh Mệnh, Đường Trí Đoán và Đường Gan/Dạ Dày. Các Gò gồm: Gò Út (Ye mounte of ye litil finger), Gò Giữa (Ye mounte of ye leeche finger), Gò Trung Bình (Ye mounte of ye myd finger), Gò Shewer (Ye mounte of ye shewer). Đốt Ngón Tay: Đốt Ngón Cái (The rote of the thumbe), Gò Cái (The mounte of the thumbe), Đáy Bàn Tay (The rote of the hand), Gò Bàn Tay (The mounte of the hand), Lòng Bàn Tay (The vale of the hand), Mép Bàn Tay (The syde of the hand). Theo bản thảo này, nếu Hình Tam Giác trên bàn tay có các đường bằng nhau, sao cho các đường có độ dài gần tương đương nhau, thì điều đó biểu thị sự kiên định trong đức tin chân chính, lý trí chín chắn ở cả nam và nữ. Nó cũng biểu thị sự dễ mến, danh tiếng tốt và bản chất hoàn hảo. Góc của hình tam giác nối Đường Sinh Mệnh và Đường Trí, nó kết thúc và nối theo ba cách: Thứ nhất, khi Đường Sinh Mệnh và Đường Trí nối lại với nhau ở Lòng Bàn Tay, gần như đối diện với khoảng trống giữa ngón trỏ và ngón giữa, điều đó biểu thị xu hướng gặp bất hạnh và khốn khổ trong cuộc sống, đau buồn và nhiều công việc trong việc tích lũy của cải, rất khó để đạt được sự tiết kiệm hay gia tăng tài sản. Thứ hai, khi các đường nói trên nối lại với nhau cao hơn ở Lòng Bàn Tay, gần như đối diện với khoảng trống giữa ngón trỏ, điều đó biểu thị sự tinh tế của bộ não, khả năng học hỏi mọi thứ, trí tuệ sắc bén và nhanh nhạy trong việc học hỏi và nghiên cứu. Thứ ba, khi các đường này tách biệt và xa nhau ở trên, điều đó cho biết một người chỉ yêu bản thân, không khôn ngoan, độc ác và đố kỵ; một kẻ nói xấu sau lưng người khác, nhàn rỗi với lời nói, không thành thật trong lời nói và không chung thủy.

Góc tạo bởi Đường Sinh Mệnh và Đường Gan và Dạ Dày, nếu nó rộng, thẳng và rõ ràng, thì nó biểu thị khuynh hướng hướng đến lòng tốt trong đức hạnh, sung túc bởi bản chất tự nhiên. Và nếu góc này sắc, nhỏ và mờ nhạt, thì nó biểu thị sự tham lam, hẹp hòi và tham lam. Còn nếu không có góc, nghĩa là các đường không nối lại với nhau, thì điều đó biểu thị sự không trung thực, nói nhiều mà không giữ lời, hứa hẹn nhiều nhưng thực hiện ít. Góc tạo bởi Đường Trí và Đường Gan và Dạ Dày, khi chúng nối chính xác với nhau, thì nó biểu thị một thể chất cao quý, sức khỏe cơ thể và ít khi bị bệnh tật trừ khi do nguyên nhân bên ngoài. Nếu tìm thấy các hình thánh giá bên trong hình tam giác, chúng biểu thị sự thịnh vượng, địa vị cao quý, và điều này liên quan đến cả đức hạnh lẫn những điều may mắn xảy ra trong việc thăng tiến trên thế giới. Nếu đường Chỉ Tay hoàn toàn liền mạch và không bị đứt đoạn, nó biểu thị bản chất mạnh mẽ của tự nhiên, và trong việc sinh con sẽ có nhiều đức tính và bản tính tốt đẹp. Còn nếu nó bị đứt đoạn hoặc không liên tục, thì nó biểu thị sự yếu đuối và ít khả năng sinh sản. Và nếu đường này quá dài đến mức chạm tới và vượt qua giữa ngón trỏ, thì nó biểu thị sự tàn nhẫn và quay lưng lại với lòng thương hại. Và nếu đường này rẽ hướng về ngón giữa, người đó sẽ gặp nhiều may mắn trong công việc, và may mắn sẽ đến với họ mà không cần biết trước. Và nếu đường này hoàn toàn đi lên đến gốc ngón trỏ, thì người đàn ông hoặc phụ nữ đó sẽ hiếm khi thoát khỏi đau khổ và bệnh tật. Và nếu đỉnh của đường này hướng về đỉnh của đường Trí, hoặc chạm vào nó chút nào, thì người đàn ông hoặc phụ nữ đó đầy những lời đường mật, xu nịnh và dối trá. Họ lấy lòng bề ngoài, nhưng lại đâm sau lưng bằng tệ nạn nói xấu sai sự thật. Nếu tìm thấy một đường kẻ trên gò nằm cạnh đường Sinh Mệnh, thì nó biểu thị một người sẽ chết ở một vùng đất xa lạ, xa quê hương. Nếu bất kỳ đường nào xuất phát từ gốc ngón cái và đi ngang qua đường Sinh Mệnh, thì nó biểu thị những chuyến đi dài, những cuộc hành hương lớn và nhiều thay đổi trong cuộc đời. Nếu từ đường Sinh Mệnh xuất hiện một hoặc nhiều đường, đi về phía gò Cái, thì người đó có khả năng bị chết hoặc gặp nguy hiểm lớn do hỏa hoạn. Nếu gò cạnh đường sinh mệnh có bất kỳ hình thánh giá nào dễ dàng nhìn thấy, thì nó biểu thị sự khoan dung, thăng tiến lên chức vụ hoặc danh dự, và chủ yếu là chức vụ của giáo hội. Nếu trên gò Trung Bình có những đường nhất định, vắt chéo hoặc nằm cạnh những đường khác, thì nó biểu thị sự nghèo khó do bị giam cầm, bị quấy rối sai trái, bị bắt giữ và những áp bức bất chính khác. Và nếu chúng xuất phát từ Lòng Bàn Tay và chạm hoặc vươn tới khớp đầu tiên của cùng một ngón tay, thì nó biểu thị cái chết trong tù. Nếu gò Áp Út có bất kỳ đường nào xuất phát từ Lòng Bàn Tay, thì nó biểu thị sự thăng chức công khai, trí tuệ tinh tế và học vấn, và kiến thức về các ngành nghệ thuật và khoa học khác nhau. Và nếu bất kỳ đường nào đi ngang qua nó, thì nó biểu thị sự cản trở và trì hoãn đối với tất cả những điều này do một điều gì đó không lường trước xảy ra. Nếu bất kỳ đường nào bắt đầu từ gốc ngón út và đi ngang qua gò cùng ngón hướng về phía gò Bàn Tay, thì chúng biểu thị những kẻ nói dối trơ trẽn, kẻ trộm, kẻ nói dối chờ đợi để cướp hoặc giết người. Nếu bất kỳ đường nào bắt đầu ở gò Bàn Tay và chạm hoặc rẽ hướng về đường Chỉ Tay, thì nó biểu thị tình bạn với người lạ. Và nếu chúng được tìm thấy xuất phát từ gò Bàn Tay hướng về phía gốc bàn tay, thì nó biểu thị tình bạn với người cùng quốc gia hoặc cùng huyết thống của bạn. Nếu ở Mép Bàn Tay được tìm thấy một dấu hiệu như vậy _ nó biểu thị kẻ thù chết người, hoặc người đàn ông đó sẽ chết hoặc bị thương do ngã. Nếu ở Gò Bàn Tay, gần đường Sinh Mệnh và hướng về phía gốc bàn tay, được tìm thấy một hình thù như vậy _ nó biểu thị kẻ giết cha mẹ hoặc kẻ phá hoại nhà thờ thánh. Và nếu nó ở phụ nữ, nó biểu thị một con đàn bà đĩ thõa, sẵn sàng cho mọi sự ô uế. Nếu ở Mép Bàn Tay, giữa Gò Út và đường Chỉ Tay có những đường ngắn, sáng sủa, thì số lượng đường biểu thị số lượng chồng. Nếu đường nằm giữa Cánh Tay và Gốc Bàn Tay thẳng, kéo dài và liền mạch, không bị cắt hoặc đứt đoạn, thì nó biểu thị một người đàn ông quan tâm và bận rộn hơn với lợi ích và lợi thế của bản thân hơn là của người khác. Và nếu nó bị xoắn, không liên tục hoặc bị đứt đoạn, thì nó biểu thị một người đàn ông hoặc phụ nữ bận rộn hơn với việc vặt vãnh hoặc hàng hóa của người khác hơn là của chính họ. Nếu ở Gốc Ngón Giữa hoặc Ngón Trỏ, hoặc ở khớp tiếp theo của bất kỳ ngón nào trong hai ngón này, hoặc ở khoảng trống giữa gốc và khớp ngón có bất kỳ nút thắt, hoặc bất kỳ phần thừa hoặc nhô lên của thịt, thì nó biểu thị sự khó nhọc vô bờ bến và nghịch cảnh liên tục trong công việc và hoạt động của một người. Nếu bên trong bàn tay có nhiều đường ngang hoặc cắt ngang các đường chính của bàn tay đã được đề cập, thì nó biểu thị một người tham gia vào nhiều công việc, hòa nhập nhiều vào thế giới theo nhiều cách khác nhau. Và nếu thấy rất ít đường kẻ trong bàn tay, thì nó biểu thị một người đàn ông chậm hiểu, thô lỗ và cục cằn trong mọi cách cư xử; và cũng vậy đối với phụ nữ. Nếu ở Ngón Út, nghĩa là giữa gốc ngón út và khớp đầu tiên, có bất kỳ đường cong nào, thì nó biểu thị chết đuối trong nước, hoặc nguy cơ chết đuối, trong thời thơ ấu. Nếu giống như vậy ở Ngón Áp Út, nó biểu thị điều tương tự trong độ tuổi từ 14 đến 20; nếu ở Ngón Giữa, ở tuổi trung niên (tuổi trung niên bắt đầu từ 20!); nếu ở Ngón Trỏ, ở tuổi già; nếu ở Ngón Cái, ở tuổi cuối cùng. Và nếu đường Chỉ Tay rộng hoặc dài, trải ra đẹp mắt, thì nó biểu thị người đàn ông hoặc phụ nữ đó sẽ đạt được mục tiêu mà họ đặt ra; và nếu nó ngắn hoặc bị đứt đoạn thì nó biểu thị điều ngược lại. Và nếu đường này phân nhánh hướng lên trên, thì nó biểu thị sự thăng tiến và thăng tiến lên danh dự, của cải và lòng tốt ở nhiều mức độ. Và nếu đường này mang các nhánh của nó hướng xuống dưới, thì nó biểu thị sự suy giảm, mất danh dự và không xứng đáng với tất cả các giá trị. Nếu đường Chỉ Tay này đi vào giữa Ngón Trỏ và Ngón Giữa, thì nó biểu thị ở nam giới nguy cơ chết vì sắt thép, hoặc do chảy máu từ một nơi khác. Nếu nó đi vào theo cách tương tự trong bàn tay của phụ nữ, thì nó biểu thị nguy hiểm khi sinh con, hoặc tử vong của chính người đó: tuy nhiên những định mệnh này đôi khi có thể bị cản trở bởi một số đường đứt hoặc cắt ngang các đường nhất định ở phần trên.

Nếu ngay bên cạnh đường Chỉ Tay, hướng về phía Mép Bàn Tay, có hình O thì người đàn ông hoặc phụ nữ đó sẽ mất một mắt; và nếu có hai OO như vậy, người đàn ông hoặc phụ nữ đó sẽ mất cả hai mắt. Nếu đường Trí liền mạch và thẳng, không bị đứt đoạn, thì nó biểu thị sự nghiêm túc của bộ não và tính tình đĩnh đạc. Và khi nó dài và kéo dài đến phía Mép Bàn Tay, thì đó là dấu hiệu của tuổi thọ, lòng dũng cảm và thể chất tốt. Nếu đường Trí quá ngắn, không vượt qua phần gốc hoặc Lòng Bàn Tay, thì nó biểu thị sự nhút nhát, hèn nhát, tính tham lam và những người không đáng tin cậy. Và khi nó chẻ nhánh ở phần dưới cùng, thì người đàn ông hoặc phụ nữ đó sẽ có hai cách cư xử; và họ sẽ sống hai cuộc sống, đời tục và tu hành. Và nếu ở phần cuối của đường này có một hình tam giác nhỏ, thì người đó mong muốn danh tiếng trung thực, họ rất thận trọng và suy nghĩ về lợi ích và danh dự của mình, và họ thường lo sợ nguy hiểm nhiều hơn cần thiết để tránh mất danh dự. Nếu đường Gan và Dạ Dày dài và liền mạch, không bị đứt đoạn, và cũng nếu có màu sắc đẹp, thì nó biểu thị sức khỏe liên tục của gan và dạ dày. Khi nó bị ngắt quãng hoặc đứt đoạn, hoặc có màu tối, thì nó biểu thị sự yếu dạ dày và dễ bị tổn thương gan. Và khi nó đỏ hơn về phía đường Sinh Mệnh, thì nó biểu thị đau đầu do lỗi của dạ dày hoặc gan. Và nếu bất kỳ đường nào đi lên từ bên dưới, cắt ngang đường Gan và Dạ Dày, và đi về phía Lòng Bàn Tay, thì nó biểu thị bệnh sắp đến.

Nếu phần da thịt giữa đường Chỉ Tay và đường Trí Đoán rộng và thoáng, thì nó biểu thị sự hào phóng và rộng rãi trong suốt cuộc đời của một người đàn ông. Nếu nó hẹp lại, thì nó biểu thị sự keo kiệt suốt cuộc đời của một người đàn ông. Nếu ở một số chỗ hẹp và một số chỗ rộng, thì đôi khi, về già, người đó sẽ hào phóng, và đôi khi lại bủn xỉn. Phần da thịt này, nếu rộng và thoáng, thì nó biểu thị lòng tốt và cách cư xử thân thiện. Nếu nó hẹp và khít, thì nó biểu thị sự tham lam, bất hòa và thù địch. Nếu đường Sinh Mệnh có màu tươi, hồng hào, sáng sủa và rộng vừa phải, miễn là không quá rộng, thì nó biểu thị thể chất cân bằng và người khỏe mạnh. Và nếu ở phía sau đường Sinh Mệnh có một đường khác nằm cạnh, màu hồng hào và tươi sáng, thì nó biểu thị sự yêu đương, và người đó có thể yêu đương ngoài luồng. Và đường này càng nằm cao gần Gò Trí Đoán thì người được yêu càng xứng đáng. Nếu Gò Cái có nhiều đường ngang hoặc cắt ngang, đặc biệt là hướng lên trên về phía gốc ngón cái, thì nó biểu thị sự giàu có sung túc trong thời thơ ấu. Nếu chúng nằm hơi cao hơn gốc ngón cái một chút, thì nó biểu thị sự giàu có ở tuổi trung niên. Nếu các đường nằm gần khớp ngón cái, thì nó biểu thị sự giàu có ở tuổi già. Nếu từ đường Gan và Dạ Dày rẽ ra một đường, nhiều nhánh ở cuối, giống như hình thúc ngựa hoặc hình ngôi sao, thì đó là dấu hiệu thăng tiến đến một chức vụ quan trọng hoặc địa vị cao quý về danh dự tạm thời. Nếu có nhiều đường vân xuất hiện xung quanh hình tam giác, đặc biệt là bên trong nó, thì điều đó biểu thị quyền cai trị đối với nhiều người hoặc nhiều thú. Ít đường vân thì biểu thị nghèo khó và thiếu thốn. Nếu một đường chỉ bắt đầu từ đường Trí và đi xuống ngang qua sườn của Gò Bàn Tay đến Mép Bàn Tay, thì nó biểu thị việc ngã ngựa ở một nơi hẻo lánh. Và nếu nó bị một đường khác cắt ngang, thì vận mệnh đó sẽ bị hủy bỏ. Nếu ở phía sau ngón cái có một đường tròn bao quanh cả hai đầu của khớp ngón cái, thì nó biểu thị hình phạt treo cổ.

Nếu ngón tay dài và thon, thì nó biểu thị trí thông minh và đặc biệt giỏi trong việc chế tạo những thứ tinh xảo bằng kỹ năng thủ công. Nếu chúng ngắn và thô, thì nó biểu thị sự thô lỗ và ngu ngốc. Và nếu giữa các ngón tay có khoảng cách lớn không thể chạm vào nhau, thì điều đó biểu thị dòng dõi thấp kém và sự ra đời khốn khổ. Còn nếu các ngón tay thon gọn, linh hoạt và có thể khít lại với nhau, đặc biệt ở mặt sau, thì điều đó biểu thị dòng dõi quý tộc, được sinh ra hợp pháp và có dòng máu cao quý. Nếu móng tay dài, hồng hào và thon hẹp, thì nó biểu thị sức khỏe tốt và bản chất nhiệt tình. Nếu chúng ngắn và nhợt nhạt thì nó biểu thị dễ mắc bệnh hoặc đố kỵ, thiếu nhanh nhẹn và bản chất nhiệt tình. Nếu trên móng tay có những đốm trắng, thì nó biểu thị những điều tốt lành và may mắn từ bạn bè; và nếu có những đốm đen, thì nó biểu thị sự thù địch, lời nguyền rủa và sự nguyền rủa. Nếu ở các khớp của bốn ngón tay, gần nhất với gốc bàn tay, chỉ có một đường vân, thì nó biểu thị cái chết đột ngột; nếu có nhiều đường vân, thì nó biểu thị bệnh tật kéo dài và khó chết. Nếu trên Gò Út xuất hiện một dấu hiệu như vậy _ thì nó biểu thị nhiều vết thương và tổn thương nặng. Nếu một đường chỉ rõ ràng và dễ thấy xuất hiện giữa Gò Út và Gò Áp Út, và nó đi vào giữa hai ngón tay này, thì đó là dấu hiệu của phần thưởng lớn và sự thăng tiến bất ngờ lên vị trí cao quý và quyền lực to lớn. Nếu có một đường ngang rộng giữa Ngón Áp Út và Ngón Giữa, thì nó biểu thị sự kiêu ngạo và hành động ngu ngốc, thiếu suy nghĩ trong mọi việc. Nếu trên Gò Giữa có một hình giống chữ C hoa hoặc nửa hình tròn, như ở đây, thì đó là dấu hiệu cho thấy người đàn ông hoặc phụ nữ đó sẽ trở thành người vĩ đại nhất trong dòng họ của họ, bằng kỹ năng, lòng dũng cảm, hay may mắn. Nếu có hai đường thẳng đứng song song và sáng sủa xuất hiện giữa gốc Ngón Trỏ và khớp đầu tiên của cùng ngón tay đó, thì chúng biểu thị những vết thương lớn và nặng ở đầu do đá hoặc sắt; và nguy hiểm đến tính mạng do điều đó. Và nếu bất kỳ đường nào khác cắt ngang các đường đã nói ở trên, thì vận mệnh về vết thương và những nguy hiểm đã nói ở trên sẽ không có hiệu lực.

HÌNH DẠNG BÀN TAY VÀ NGÓN TAY   181

VỀ BÀN TAY CỦA EADWINE PSALTER

Bàn tay nào cũng có ba đường tự nhiên (natural lines). Từ chân của đường trên cùng, một nếp nhăn hướng về giữa (đường) và từ đó (đường giữa) một nếp nhăn khác chạy theo góc chếch về phía nó, tạo thành một hình tam giác, và đường trên của hình tam giác đo tuổi thọ theo độ dài của nó. Tuy nhiên, nếu một phần hở dính vào đường xiên bên ngoài tam giác thì theo tự nhiên là bằng chứng của hành vi trộm cắp. Nếu đầu nhọn của góc trống thì đó là dấu hiệu của cái chết vinh quang. Nhưng nếu trước điểm của góc có một nếp nhăn ngang qua nó, và một nếp nhăn khác dẫn từ nếp nhăn đó lên đến điểm, nó cho biết cái chết trong trận chiến. Nhưng nếu nó cắt ngang đường ngang và đi đến điểm, nó báo trước rằng cái chết sẽ đến từ nước hoặc lửa; dài hơn về phía điểm, bằng nước, phía trên (điểm), bằng lửa. Nếu, trong bề rộng của tam giác, dấu hiệu này xuất hiện: cô ấy là một trinh nữ. Ngoài ra, nếu các nếp nhăn làm nhiễu loạn mặt rộng, chúng có ý nghĩa theo cách chúng cắt (mặt rộng); nếu chúng nhỏ, chúng chỉ ra sự không ổn định của tâm hồn; nếu chúng lớn, một sự thay đổi vị trí. Nếu, bên cạnh đường sinh mệnh, từ chân của đường tự nhiên cao hơn, một đường khác vươn ra bằng với nó, đó là dấu hiệu của hôn nhân; nếu nó không bằng nhau, ngoại tình. Và nếu một nếp nhăn xuất phát từ đường tự nhiên ở giữa và chạm vào đầu của bất kỳ đường nào không chạm đến đường tự nhiên ở giữa, hắn sẽ bị treo cổ. Nếu, xung quanh chân của đường tự nhiên đầu tiên, một dấu giống như chữ 'c' xuất hiện - đây là loại này: - hắn sẽ là giám mục. Nếu, bên cạnh nó, một nếp nhăn khác kéo dài ở đầu cao nhất về phía phần rỗng có hình dạng như vậy (một hình): hắn sẽ là vua. Nếu các nếp nhăn từ đường đó nhìn xuống thấp hơn, chúng báo trước sự giàu có. Nếu, theo như chân của nó, hai hình tròn 'O' dính vào nó, (nó biểu thị) sự mất đi tinh hoàn hoặc em trai. Nếu ba đường được cố định (với nhau) bằng đầu của chúng, và một đường nhỏ cắt ngang chúng qua giữa - - (nó biểu thị) bệnh phong. Nếu một nếp nhăn chạy từ chân của đường tự nhiên đầu tiên hoặc từ một chân khác, hướng về phía hình "nón", hắn sẽ đi du hành. Nếu đường tự nhiên đầu tiên có màu đỏ từ giữa đến chân, (nó biểu thị) đau đầu. Nếu nó có màu đỏ từ giữa đến cuối, thì nó cho thấy đau cổ. Khi đường Sinh Mệnh tách ra từ đó, nếu nó giống như vậy ở phần đầu, (nó biểu thị) đau tim. Đường tự nhiên cuối cùng như thế này ở cuối cho thấy đau bụng. Nếu trong lòng bàn tay có như hai chữ 'e' nối nhau, hắn sẽ giết một người trong cuộc đấu tay đôi hoặc trong trận chiến. Nếu một nếp nhăn kéo dài về phía ngón cái cắt mạnh vào "gò" bàn tay, đó là khoái cảm trong quan hệ tình dục, hoặc theo một số người, là cơn thịnh nộ dữ dội. Nếu "gò" đầy nếp nhăn, điều đó cho thấy hắn sẽ nhanh chóng thoát khỏi bệnh tật; nếu có ít, thì ngược lại; hoặc theo một số người, nếu có nhiều, nó báo trước vận may cho đàn gia súc của hắn; nếu không, thì không. Giữa hai khớp ngón cái về phía đối diện với "gò", nếu có nhiều nếp nhăn lớn đi ngang, thì nó cho thấy một số lượng người thân lớn và đông đúc; nếu các nếp nhăn ít và nhỏ, thì số người thân ít và ít. Trên ngón trỏ, một đường chỉ hướng về cuối ngón đặt cha lên trên mẹ; nếu nó đi ngang, nó đặt mẹ lên trên cha. Nếu hai nếp nhăn cắt mạnh những đường chỉ ngón cái này biểu thị họ hàng. Sau những đường kẻ này, nếu ở khớp cuối cùng của ngón cái bên dưới, phía trên đường khớp, hình này xuất hiện: hắn sẽ làm ô nhục mẹ hoặc chị gái mình. Nếu cùng một đường khớp này bao quanh ngón cái một cách mạnh mẽ mà không bị gián đoạn, hắn sẽ bị treo cổ. Điều này cũng là dấu hiệu của sự chung thủy và không chung thủy: nếu nó gần như bao quanh (ngón cái) thì nó biểu thị sự không chung thủy; nếu không, thì là chung thủy. Nếu móng tay cái theo tự nhiên không cong thì cho biết đó là người đàn ông giàu có. Trong "hình nón" của lưỡi bàn tay, các đường kẻ xuất phát từ bên trong - hoặc ngược lại - nếu chúng nhiều và không đan xen, thì báo trước sự danh giá; nếu chúng ít và đan xen, thì keo kiệt. Nếu, trong chính "hình nón", hình dạng này nhìn ra phía sau, (nó sẽ) giết chết cha mình, hoặc ít nhất là giết một người họ hàng hoặc anh trai hoặc em gái. Một dấu hiệu như vậy, như hình mũi tên, kéo dài từ chính "hình nón" trong đỉnh của nó - - bất kể có bao nhiêu nếp nhăn chia đôi đường tự nhiên trung tâm, cho dù chúng chạm vào đường thấp hơn hay không, đều báo trước con trai; nếu không, chúng biểu thị sự thay thế khác. Các nếp nhăn gắn liền với cùng một đường tự nhiên - cho dù ở trên hay dưới - khi thẳng thì chúng tiết lộ một vấn đề không đáng kể, khi cong và ít rõ ràng hơn, chúng tiết lộ một vấn đề nghiêm trọng - mặc dù ẩn giấu. Điều tương tự cũng xảy ra khi đối với (đường) phía trên, (các nếp nhăn) được chia từ điểm giữa ra ngoài. Nếu ở đường tự nhiên giữa, xuất hiện một loại điểm đơn, anh ta sẽ mất một mắt; nếu là hai điểm, thì cả hai mắt. Nhưng nếu ở phần lõm phía trên nó bắt đầu (hình thành) một loại hình, và đi qua đường, nó đặt các nhánh của nó trên phần phẳng của bàn tay, thì đó là dấu hiệu của sự cải đạo. Bất cứ bên nào nó cách xa đường cuối cùng hơn, thì nó cho thấy và báo trước nhiều hạnh phúc hơn ở thời điểm đó trong cuộc sống.

Và nếu xung quanh đầu của nó ở phần phẳng chính nó có một loại hình chữ thập nằm cạnh nó, thì nó biểu thị sức mạnh; nếu nó thống trị ở một phần khác của phần phẳng, (nó biểu thị) sự thú nhận, hoặc theo một số người, là sự hoang phí. Nếu đường tự nhiên cuối cùng đi xuống dần dần về phía ngón trỏ, thì hạnh phúc của anh ta cũng dần dần tăng lên.Nếu nó đột ngột xuất hiện, thì nó biểu thị sự gia tăng bất ngờ về lợi ích. Nhưng nếu nó có xu hướng đi lên trên, thì điều ngược lại sẽ xảy ra, trừ khi một đường khác bên dưới ngăn cản nó. Đường này đi lên trên không phủ nhận việc anh ta sẽ sống cuộc đời của mình bằng chính sức lao động của mình. Và nếu từ đó một đường khác đi xuống về phía ngón trỏ, thì nó chứng tỏ rằng anh ta sẽ chết ở nước ngoài. Nhưng nếu một loại hình tam giác nằm cạnh nó ở phần phẳng, thì nó biểu thị một khoản thu nhập cố định từ nhà thờ. Nhưng nếu từ (đường) giữa (ngón) thứ hai, một đường ngang mạnh mẽ đi qua nó - - thì có bao nhiêu đường ngang thì có bấy nhiêu lần bị giam cầm; ở phụ nữ, hình này cũng biểu thị sinh con; và nếu nó phân bố nhiều hơn ở bên trong của phần phẳng so với bên ngoài, thì nó sẽ báo trước một sự giam cầm nghiêm trọng hơn nhiều. Và nếu trong phần phẳng xuất hiện dấu hiệu này, thì nó chứng tỏ sự ham muốn máu người. Dấu hiệu này được quay vào phần phẳng - - mô tả một gái mại dâm. Và, theo một số người, nếu một nếp nhăn kéo dài từ đường cuối cùng - không thẳng mà nghiêng - qua phần phẳng đến đường tự nhiên giữa, thì anh ta sẽ bị truất quyền thừa kế một thời gian sau đó, hoặc không. Các nếp nhăn nhỏ được đặt ngang hoặc dọc theo phần phẳng, giữa đường tự nhiên cuối cùng và gò của ngón út, biểu thị vết thương ở cánh tay hoặc bàn tay. Các nếp nhăn ở vị trí tương tự từ đầu ngón út đến đầu ngón giữa cho thấy vết thương ở bàn chân hoặc cẳng chân. Và từ đầu ngón giữa hoặc ngón út đến đầu ngón đeo nhẫn - ngay cả khi chúng chỉ nhỏ - có xu hướng đi lên sẽ gây ra vết thương ở thân, nơi ba ngón tay này nối với lòng bàn tay. Nếu các nếp nhăn chia đôi giữa của chúng, thì chúng chỉ ra vết thương ở bên hông. Một nếp nhăn thẳng từ đường tự nhiên cuối cùng đến ngón áp út, theo áp lực và sức mạnh của nó, và bằng cách kéo dài đến ngón giữa, là dấu hiệu của trí thông minh cao hơn và kiến thức sâu rộng hơn. Phía sau đường này, một đường ngang như vậy đi ra giữa đường tự nhiên cuối cùng và ngón út là (dấu hiệu) có bạn đồng hành. Dấu hiệu này - - tồn tại ở vị trí đó, cho biết kẻ giết người thân của mình. Và dấu hiệu này nhìn phía trên đường tự nhiên biểu thị cái chết do thiếu thức ăn; xung quanh cùng một vị trí, gậy của giám mục - - biểu thị sự trong sạch; dấu hiệu này - - ở một số nơi biểu thị mất chân.

VỀ BÀN TAY THEO BẢN THẢO METHAM

Trên bàn tay của các sinh vật có các đường vân và dấu hiệu, trong đó một số là ngẫu nhiên và một số là tự nhiên. Các đường vân ngẫu nhiên là những đường vân do nóng, lạnh hoặc lao động gây ra; chúng không thay đổi gì, vì chúng không biểu thị gì, giống như một hoạt động của tự nhiên. Các đường vân tự nhiên là những đường vân bắt nguồn từ bản chất tự nhiên, mà tác giả của tôi sẽ đề cập đến trong cuốn sách sau đây. Nguyên tắc cơ bản đầu tiên là một bàn tay đẹp cần có bốn đường chính: Đường thứ nhất là phần đầu tiên của hình tam giác và đi quanh gò ngón cái. Đường thứ hai là đường giữa chạy ngang qua giữa bàn tay. Đường thứ ba tạo thành đáy của hình tam giác và khoảng trống được bao bọc bởi hình tam giác được gọi là lỗ bàn tay. Đường thứ tư là phần bàn tay nằm giữa đường giữa. Từ đường thứ tư này, có thể biết được tình cảm của cả nam và nữ. Đường này bắt đầu giữa ngón trỏ và ngón dài nhất, chạy ngang qua bàn tay hướng ra ngón út. Đường này cho biết về đời sống riêng tư của nam và nữ. Phần bàn tay giữa đường bàn và các ngón tay được gọi là gò ngón tay, còn phần bàn tay giữa hình tam giác và ngón trỏ được gọi là gò ngón trỏ. Mỗi ngón tay này đều liên quan đến một hành tinh: Sao Thổ thuộc về ngón dài nhất và gò của nó, Sao Thủy thuộc về ngón áp út và gò của nó, Sao Kim thuộc về ngón cái và gò của nó, Sao Mộc thuộc về ngón trỏ và gò của nó, và Sao Hỏa thuộc về ngón út, gò của nó. Về hình Tam Giác trong bàn tay, hình tam giác có chiều dài các cạnh đều nhau, đều màu, màu sắc đẹp và nếu bên trong cũng đầy những đường kẻ màu sắc đẹp, thì nó biểu thị sức khỏe thể chất và một trái tim gan dạ. Nếu các đường kẻ của hình tam giác ngắn và hình tam giác hẹp, và người có dấu hiệu này còn trẻ, với sự quản lý tốt, họ sẽ sống lâu, là một người bạn chân thành và có danh tiếng lớn. Nếu khoảng trống bên trong hình tam giác rộng, màu sắc đẹp và rõ ràng, không có nhiều đường kẻ bên trong, thì nó biểu thị sự vững chắc và trù phú. Nhưng nếu những dấu hiệu này không được tìm thấy như được chỉ định ở đây, chúng biểu thị điều ngược lại. Ví dụ, nếu các đường kẻ của hình tam giác dài, màu xấu và cách xa nhau, thì nó biểu thị sức khỏe yếu và tuổi thọ ngắn. Và cứ như vậy với tất cả các dấu hiệu khác trái ngược với những gì đã được viết, áp dụng cùng một lý luận. Nếu phần bên phải của hình tam giác, tức là đường ngang bên phải, dài hơn bên trái, thì nó biểu thị rằng họ sẽ có được sự thịnh vượng lớn cho đến cuối đời và sẽ chết một cái chết thanh thản. Nhưng nếu bên trái dài hơn bên phải, thì nó biểu thị một cuộc sống khốn khổ và một cái chết không được tôn trọng. Nếu đường ngang bên phải dài đến mức chạm vào phần của bàn tay, gò ngón cái, rộng, màu đẹp và không có nhiều đường kẻ hoặc nét nhỏ khác, thì nó biểu thị một người đàn ông có tâm tính tốt và tinh thần tốt.Tuy nhiên, người có dấu hiệu này hiếm khi hoặc không bao giờ hoàn thành bất kỳ công việc nào đến cùng. Nếu đường nhỏ, nó biểu thị sự thông thái và trí thông minh. Nhưng nếu nó rộng và màu xấu, thì nó biểu thị điều ngược lại. Nếu phần bên phải của hình tam giác sâu, rộng và có màu đất, biểu thị sự thô lỗ và hung dữ, và người đó sống như một con thú. Nếu đường ngang bên phải của hình tam giác nhọn bất thường, to và đỏ, thì nó biểu thị ham muốn dâm dục mãnh liệt. Và nếu có một dấu hiệu như thế này: O thì người đàn ông hoặc phụ nữ đó sẽ mất một mắt. Nếu xuất hiện hai dấu hiệu như vậy, thì người đó sẽ mất cả hai mắt. Nếu cùng một đường ngang bên phải này đầy những đường kẻ nhỏ xuyên qua nó nhưng không khiến đường bị ngắt quãng và nếu nó đi thẳng lên gò ngón cái và không chia đôi đường đã đề cập ở trên, thì nó biểu thị sự giàu có và danh tiếng. Và nếu trên cùng một đường này có các đường kẻ đi xuống và phần giữa bị cắt hoặc chia cắt bởi các đường hoặc nét khác, thì những đường này biểu thị sự phiền muộn, rắc rối và tức giận lớn. Điều này cần lưu ý đối với tất cả các đường kẻ ngoài bốn đường chính: nếu màu đỏ, thì ý nghĩa của đường kẻ đó vẫn chưa đến. Nhưng nếu nó nhợt nhạt và khó nhìn thấy, hoặc bị cắt ngang bởi một hoặc nhiều đường kẻ, thì ý nghĩa của nó đã qua hoặc ít ảnh hưởng. Nếu những đường kẻ như vậy đi lên từ cùng một nét đến đường giữa và do đó đi qua hình tam giác hoặc cạnh hình tam giác, thì nó biểu thị một người đáng tin cậy và biết yêu thương, nhưng là người sẽ gặp nhiều phiền muộn và rắc rối trong thời thơ ấu. Nếu có những đường kẻ nhỏ cắt đứt đường kẻ đã đề cập ở trên, đi lên gò ngón cái, thì chúng biểu thị nhiều nỗi buồn, nhưng cuối cùng người đó sẽ vượt qua chúng bằng công sức.

Đường Giữa (Đường Trí theo tên hiện đại): Đường giữa, nếu thẳng, sâu và màu sắc đẹp, biểu thị sức khỏe, làn da tốt và trí thông minh xuất sắc. Và nếu đường này dài và không vượt qua gò ngón trỏ, thì nó biểu thị sự cứng cáp và tuổi thọ. Nhưng nếu đường ngắn và không vượt qua lỗ bàn tay, thì nó biểu thị ít lý trí và hay sợ hãi; những người có dấu hiệu này đố kỵ đến mức nếu họ làm điều gì đó tốt cho ai đó, bằng lời nói hay hành động, thì họ sẽ hối hận về điều đó sau này. Nếu đường giữa này dài đến mức kết thúc dưới ngón út, thì nó biểu thị tuổi thọ ngắn và người sẽ nghèo trước khi chết. Và nếu nó hướng lên ngón tay, thì nó biểu thị một kẻ ngu ngốc. Nếu đường giữa này cong và không thẳng, thì nó biểu thị người đó đầy ác ý và họ nói ra những điều độc ác này khi những người họ ghét không có mặt, mặc dù họ nói hay và tâng bốc họ thẳng mặt. Tác giả của tôi nói rằng dấu hiệu này đúng với cả bốn loại tính cách. Nếu đường giữa rộng và sâu, thì nó biểu thị sự lanh lợi thô lỗ và ít thông minh. Và nếu, ở đầu đường giữa, có một nét màu sắc đẹp từ đó đến gò ngón trỏ, thì nó biểu thị sự giàu có trong thời thơ ấu. Nếu nó tiến tới ngón giữa, thì nó biểu thị sự giàu có ở tuổi trung niên; và nếu nó tiến tới ngón út, thì nó biểu thị sự giàu có ở tuổi già. Và khi đường giữa thẳng, dài, đủ sâu, đều và màu sắc đẹp, thì nó biểu thị một dạ dày khỏe, vui vẻ và cứng cáp. Và nếu đường không như được chỉ định ở đây, thì nó biểu thị điều ngược lại, nghĩa là dạ dày yếu, nặng nề và yếu ớt. Đây là một quy tắc chung: nếu một đường thẳng, sâu và màu sắc đẹp, nó biểu thị một trạng thái tốt của thứ mà nó tương ứng. Đường đi quanh ngón cái thuộc về tim, do đó nếu đường này thẳng, sâu và màu sắc đẹp, thì nó cho thấy trạng thái tốt của tim. Và ngược lại, nó cho thấy một trạng thái xấu của tim. Và cũng tương tự với tất cả các đường khác. Đường giữa thuộc về não; và đường bàn tay thuộc về đời sống riêng tư của đàn ông và phụ nữ nói chung. Chân tam giác thuộc về gan; và quy tắc tương tự cũng áp dụng ở đây giống như với đường đầu tiên như chúng ta đã thấy.

Đường Bàn Tay (The Table Line, hay Đường Tâm trong Chỉ Tay hiện đại): Đường thứ tư là Đường Bàn Tay. Nếu đường này liền mạch, sâu và rộng, nó biểu thị tính cách tốt của những bộ phận sinh sản. Nó cũng biểu thị sự ngay thẳng, kiên trì trong việc thiện, tính tình ôn hòa và đức hạnh. Nếu đường này đi qua giữa ngón trỏ và có màu đỏ, nó cho thấy sự độc ác của trái tim, còn nếu nó nhợt nhạt thì cho thấy sự đố kỵ và hay nói xấu người khác. Nếu đường này hướng lên trên giữa ngón trỏ và ngón giữa, nó cho thấy người đàn ông có thể chết vì vết thương hoặc tiêu chảy. Còn nếu phụ nữ có dấu hiệu này, nó cho thấy cô ấy có thể chết vì rong kinh kéo dài. Nhà triết học nói rằng nên tránh xa những phụ nữ mắc bệnh máu xấu và các vấn đề tương tự, vì nếu ở gần họ, bạn cũng có thể mắc bệnh nặng. Tuy nhiên, tại đây tôi xin dừng lại vì tác giả của tôi còn nói nhiều về những nguy hiểm của căn bệnh này, theo lương tâm của tôi, thì vấn đề này nên được giải quyết trong lĩnh vực y học hơn là ở đây. Hơn nữa, tác giả của tôi nói rằng nếu một phụ nữ có dấu hiệu nói trên và không chết vì bệnh quá nhiều, cô ấy có thể chết vì tắc nghẽn hoặc khi sinh con. Nếu đường này hướng lên ngón giữa và không đi xa hơn, nó cho thấy vận may sẽ đến với người đó nếu anh ta có một người bạn đáng tin cậy, nhưng người đó lại lừa dối anh ta khi anh ta cần nhất. Nếu đầu của đường này kết thúc trong ngón dài nhất, nó cho thấy người đó sẽ không bao giờ thoát khỏi khó khăn và lao động. Nếu phần đầu của đường này, tức là phần trên, bị chia cắt bởi một dấu chéo nhỏ hoặc các đường không giao nhau chính xác, nếu dấu chéo hoặc các đường này đi lên giữa ngón trỏ và ngón giữa, nó cho thấy rằng một người đàn ông sẽ luôn đảm bảo cuộc sống của mình và phụ nữ sẽ yêu anh ta nhiều, những người đàn ông khác sẽ luôn nỗ lực để tôn vinh và làm giàu cho anh ta. Và nếu Đường Bàn Tay có nhiều nét thẳng đứng như vậy, đó là dấu hiệu của sự tôn kính và địa vị cao trong tương lai.ngược lại, nếu không có những nét này, thì người đó sẽ không may mắn có được sự tôn kính. Và khi đường này đi đến gò ngón trỏ và kết thúc ở đó, và ở cuối có nhiều đường ngoặt xuống ngón cái, nó cho thấy người đó, bất kể là nam hay nữ, đều rất ham mê dục vọng.

Các Đường Kẻ Xuống Từ Đường Bàn Tay, nếu có những đường kẻ xuống từ Dòng Bàn Tay đến đường giữa, chúng biểu thị sự lịch sự giả tạo, xu nịnh, lừa dối. Người có những đường này nói hay trước mặt người khác, nhưng sau lưng lại nói xấu họ. Và nếu một, hai hoặc nhiều đường kẻ xuống từ Dòng Bàn Tay và đi vào hình tam giác, bất kể người đó ở cấp bậc nào, điều đó cho thấy họ sẽ rơi vào tình trạng như vậy vì những bất hạnh và hoạn nạn mà họ đang gặp phải đến mức họ mong muốn chết để được giải thoát. Nếu một đường kẻ xuống từ Đường Bàn Tay và đi qua đường giữa và phần bên phải của hình tam giác, điều đó cho thấy người đó sẽ chết đột ngột hoặc bị chặt đầu hoặc bị giết bởi bàn tay con người. Nhưng nếu đường kẻ này đi vào đường giữa và không đi xa hơn, người đó đang gặp nguy hiểm đến tính mạng và vô cùng sợ hãi - nhưng anh ta sẽ được phụ nữ giúp đỡ và ngược lại. Và nếu đường này đầy các nhánh nhỏ giống như hình ngôi sao (*), nó biểu thị sự ham muốn nhục dục và khoái lạc xác thịt mãnh liệt. Ngoài ra, những người có dấu hiệu này thích được tôn vinh, ca ngợi, tôn thờ và được chú ý nhiều.

Các Đường Chị Em: Đường thứ nhất được gọi là đường chị em của hình tam giác, bắt đầu từ phần dưới của bàn tay và đi lên đến ngón Saturn (ngón giữa); và đường này được gọi là đường Sao Thổ. Nhưng bạn sẽ thấy rằng những người khác nhau không có cả tám đường này, cũng như nhiều đường khác mà tôi đề cập ở đây; do đó những người không có những đường này thì không có xu hướng được tôn trọng cao hoặc gặp nhiều bất lợi.Nhưng bạn cũng cần hiểu rằng, mặc dù một người có xu hướng được tôn trọng dựa trên các dấu hiệu trên bàn tay, nhưng hoàn cảnh và cách ng nhận được sự vậy, nếu một người có xu hướng được tôn trọng dựa trên các dấu hiệu trên bàn tay nhưng cuối cùng lại không được, thì đó chủ yếu là lỗi của họ; có thể là do họ làm điều gì đó khiến thần linh không hài lòng hoặc do họ tự hủy hoại bản thân mình. Bởi vì một số người có xu hướng mắc phải các tệ nạn như trộm cắp, ăn uống vô độ và dâm dục hoặc các tệ nạn khác, nhưng với sự chăm chỉ và hành động đạo đức, họ có thể chống lại chúng; do đó, sự thành công không chỉ phụ thuộc vào bản chất mà còn phụ thuộc vào sự may mắn. Và đây là ý nghĩa của các Đường Chị Em: nếu các đường được gọi là đường chị em thẳng, sâu, đều và màu sắc tốt,chúng biểu thị gấp đôi điều tốt lành so với tất cả các dấu hiệu tốt trên bàn tay của một người. Nhưng nếu chúng bị đứt đoạn, chúng biểu thị điều ngược lại, đặc biệt nếu chúng có màu sắc xấu.

Các Góc của Hình Tam Giác: Hình tam giác được tạo bởi ba đường thẳng và không hơn, nhưng nó lại có ba góc cạnh. Trong hình này, bạn có thể thấy hình dạng của một hình tam giác. Góc đầu tiên của hình tam giác ở mỗi bàn tay được tạo bởi đường giữa, vì đường đi xung quanh đốt ngón tay cái và đường giữa tạo thành hai phần của hình tam giác và cũng tạo thành góc đầu tiên. Nếu góc đầu tiên của hình tam giác không vượt quá khoảng trống giữa ngón trỏ và ngón giữa, nó biểu thị tính cách xấu xa trong tâm tính con người, rất dễ bị tống tiền và tệ nạn. Nhưng nếu góc này chỉ là hai đường thẳng giao nhau một cách sắc nét, như hình vẽ này thì nó biểu thị sự tham lam và keo kiệt trong việc giữ tiền. Còn nếu các đường thẳng của hình tam giác gặp nhau ở khoảng giữa ngón trỏ, thì nó biểu thị sự thông minh tinh tế. Nhưng đôi khi những đường thẳng này lại không gặp nhau ở phần này của hình tam giác. Điều này cho thấy người đó hung ác và tàn nhẫn. Và nếu người có dấu hiệu này bị trói buộc, thì không bao giờ nên thả họ ra; và nếu đó là một lãnh chúa có dấu hiệu này, thì họ sẽ chết một cách bất đắc kỳ tử. Đôi khi, hai đường thẳng này chỉ cách nhau một chút và sau đó chúng biểu thị rằng một người đàn ông sẽ chết trong trận chiến; và nếu là phụ nữ, cô ấy sẽ chết vì hoạn nạn và bệnh tật. Nếu phần bên phải của hình tam giác có màu sắc tốt, nó biểu thị dạ dày khỏe. Và nếu góc này tròn, nó cho thấy sự thô lỗ trong tính cách. Nếu các đường thẳng của hình tam giác không xuất hiện rõ ràng, nó biểu thị sự không ổn định, không trung thực và trộm cắp. Còn nếu góc bên trái của hình tam giác tròn, nó biểu thị sự thông minh tuyệt vời và tuổi thọ cao. Nếu dấu hiệu này xuất hiện ở bất kỳ phần nào của hình tam giác, nó biểu thị rằng một người đàn ông sẽ bị treo cổ. Và nếu phụ nữ có dấu hiệu này, cô ấy sẽ chết một cách bất đắc kỳ tử trong lửa hoặc nước.

Hình Tứ Giác: Nếu hình tứ giác rộng và màu sắc tốt, nó biểu thị sự to lớn và khỏe mạnh; nhưng nếu nó thẳng, thì nó biểu thị điều ngược lại. Nếu có một dấu chéo trong hình tứ giác với các nét cắt bằng nhau, nó biểu thị sức khỏe của cơ thể. Và nếu một trong những nét cắt này dài hơn nét cắt khác, thì nó biểu thị điều ngược lại. Và nếu có một hình trong hình tứ giác như thế này: X, nó biểu thị sự thật thà và e dè. Người có dấu hiệu này sống ngay thẳng và tốt theo khả năng của mình. Và nếu người có dấu hiệu này rơi vào cảnh nghèo khó, họ sẽ phục hồi và trở nên thịnh vượng. Còn nếu tìm thấy một vòng tròn trong hình tứ giác, nó biểu thị sự kiên định trong mục đích và hành động. Nhưng nếu tìm thấy hình tam giác bên trong hình tứ giác, thì nó biểu thị sự bất lợi. Tuy nhiên, nếu có hai hình tam giác, chúng lại biểu thị điều ngược lại, nghĩa là thịnh vượng. Về các đồi, gồm có: Đồi Ngón Cái hay Đồi Sao Kim, được tìm thấy ở phần bên phải của hình tam giác. Nếu đồi Sao Kim tròn và lớn, nó biểu thị sắc da tốt và tính ham dâm. Và nếu có một đường thẳng dài bằng phần bên phải của hình tam giác, đi lên theo đường nói trên và có màu đỏ, nó biểu thị một người rất háo sắc. Nếu nó có màu sắc đẹp, nó biểu thị sự giàu có. Nhưng nếu đường này không xuất hiện trong phần đầu tiên, nó biểu thị sự thiếu hụt của cải trong tuổi trẻ; nếu nó không xuất hiện ở phần giữa, nghĩa là tuổi trung niên; và nếu nó không xuất hiện ở phần cuối, thì nó biểu thị nghèo khó trong tuổi già. Tóm lại, bất kỳ phần nào đường này xuất hiện, đầu tiên, giữa hoặc cuối, thì trong độ tuổi tương ứng, nó biểu thị sự giàu có. Nếu có bốn đường trên cổ tay, nếu bất kỳ trong bốn đường đó đi lên ngay cạnh ngón cái, nó biểu thị sự tôn kính trong tuổi trẻ. Và bất kỳ đường nào trong số này càng xa ngón cái, thì thời gian một người đạt được sự tôn kính càng lâu. Bất kỳ đường nào càng sâu thì ý nghĩa càng lớn, bất kể là tốt hay xấu. Đây là một quy tắc chung: nếu bất kỳ đường nào thuộc về sự tôn kính bị cắt hoặc chia cắt bởi các đường nhỏ, thì đó là dấu hiệu lớn của nhiều trở ngại để một người đạt được sự tôn kính. Nhưng nếu các đường không dễ nhìn thấy, thì nó cho thấy sự tôn kính đã qua. Và nếu ở gốc ngón cái, một đường thẳng nổi lên và đi đến hình tam giác, nó cho biết rằng một người mong muốn nhìn thấy nhiều vùng đất và biết nhiều điều kiện và nghề thủ công khác nhau. Và nếu đường này đi từ gốc ngón cái đến phần cao nhất của hình tam giác, nó biểu thị sự kiêu ngạo và ham muốn điều tốt đẹp. Nếu đồi Sao Kim đầy đường nét, nó biểu thị khuynh hướng ham dâm rất lớn. Và nếu tìm thấy nhiều đường sâu trên ngón cái kéo dài từ mu bàn tay, chúng biểu thị tình bạn tuyệt vời với người lạ. Nếu có dấu hiệu giống như một ngôi sao trong đồi Sao Kim, nó biểu thị sự dâm dục ở cả đàn ông và phụ nữ. Nếu trên cùng một quả đồi, tìm thấy một hình như thế này thì nó biểu thị sự giàu có và tôn kính theo địa vị của đàn ông hoặc phụ nữ.

Đồi Ngón Trỏ: Nếu đồi ngón trỏ bằng phẳng và màu sắc tốt, nó biểu thị lối sống trong sạch. Và nếu bất kỳ đường nào có màu sắc tốt đi từ Đường Bàn Tay và đi lên đến đồi của ngón tay này, nó biểu thị sự dũng cảm và một người đàn ông sẽ đạt được sự tôn kính nhờ sự lãnh đạo tốt. Nhưng nếu đường đó bị cắt đứt ở phần trên bởi một hoặc nhiều đường khác, nó biểu thị vết thương trên đầu của đàn ông hoặc phụ nữ. Nếu chúng có màu đỏ, vết thương sắp đến và nếu chúng nhợt nhạt, vết thương đó đã qua. Nếu các đường nhỏ đi từ gốc ngón tay này xuống dưới, nó biểu thị rằng người đó sẽ sống mà không cần lao động; và nếu những đường này nằm ngay cạnh ngón tay, chúng biểu thị sự tôn kính. Số lượng đường này xuất hiện trên bàn tay của một giáo sĩ thì tương ứng với số lượng chức vụ, quyền lợi hoặc sự tôn kính khác mà họ sẽ có. Và nếu đó là một người tu hành, họ có thể trở thành giám mục, trụ trì, phó viện trưởng hoặc một chức sắc xứng đáng khác. Nếu đó là một người thế tục, họ sẽ có được sự tôn kính phù hợp với vị trí của mình. Nhưng nếu đường này bị cắt hoặc biến mất đến mức không dễ nhìn thấy, thì đó là dấu hiệu rõ ràng cho thấy sự tôn kính đã qua, hoặc một số trở ngại khác. Nếu các đường đi từ đường giữa lên đến đồi ngón trỏ, chúng biểu thị sự e dè và trung thực. Và nếu một trong những đường đó đi từ Đường Bàn Tay và đi giữa ngón trỏ, nó biểu thị rằng một người đàn ông sẽ chết vì vết thương. Còn nếu là phụ nữ, cô ấy có thể chết khi sinh con, hoặc khi mới bắt đầu làm mẹ, hoặc do rong kinh kéo dài; và dấu hiệu tương tự cũng được biểu thị nếu đường đó đi đến đồi ngón giữa. Và nếu bất kỳ đường nào đi từ đầu của Đường Bàn Tay và đi thẳng lên đến gốc ngón trỏ, nó biểu thị cái chết đột ngột. Và nếu tìm thấy một dấu chéo đều trên đồi ngón trỏ, nó biểu thị những thay đổi đột ngột đối với sự tôn kính hoặc địa vị.

Còn nếu tìm thấy một dấu hiệu như thế này thì nó biểu thị sự hoạn nạn và trí não yếu kém.

Đồi Ngón Giữa: Nếu đồi ngón giữa không có đường vân và màu sắc tốt, nó biểu thị sự giản dị và thông minh. Còn nếu một đường thẳng đi từ Đường Bàn Tay và đi đến gốc ngón giữa, thì đó là dấu hiệu của sự lao động, nhọc nhằn và ít nghỉ ngơi. Và nếu gốc ngón tay này đầy các đường nét, thì nó biểu thị sự lao động nặng nhọc. Và nếu những đường này hướng xuống lỗ bàn tay, chúng biểu thị rằng người đàn ông sẽ chết trong tù, bất kể địa vị của anh ta. Còn nếu trên cùng một quả đồi chỉ có một vài đường nét lớn, chúng biểu thị sự nghỉ ngơi và thư giãn. Và nếu các đường nhỏ cắt ngang những đường lớn này, chúng biểu thị sự lao động vất vả trước khi một người có thể nghỉ ngơi. Và nếu hai đường thẳng được nối lại với nhau ở đồi ngón giữa, hoặc ở đồi ngón trỏ, thì chúng biểu thị sự tôn kính trong tương lai.

Đồi Ngón Áp Út: Nếu đồi ngón áp út tròn và đỏ, nó biểu thị người đó có xu hướng phù thũng và hung ác. Và nếu hai đường thẳng đi từ Đường Bàn Tay đến đồi của ngón tay này, nó biểu thị sự tinh tế của trí thông minh và người đó có khả năng tiếp cận nhiều ngành khoa học. Những đường này cũng biểu thị sự tôn kính và địa vị.Nhưng nếu những đường này bị cắt, chúng biểu thị sự cản trở và trì hoãn trước khi một người đạt được sự tôn kính và địa vị. Và nếu những đường này không đi thẳng lên trên, chúng biểu thị sự thăng tiến trong nghề nghiệp. Nếu một đường thẳng xuất hiện giữa ngón út và ngón áp út, nó biểu thị sự may mắn cho phụ nữ. Và nếu một đường thẳng đi từ Đường Bàn Tay đến ngón tay nói trên một cách thẳng thắn, màu sắc tốt, không bị các đường khác cắt ngang và đủ dài để vượt qua khớp ngón tay, thì nó biểu thị sự thịnh vượng. Nếu tìm thấy một dấu chéo giữa ngón áp út và ngón út, thì nó biểu thị sự lao động vất vả.

Đồi Ngón Út: Nếu đồi ngón út tròn và đầy đặn, nó biểu thị sức khỏe cơ thể tốt và sắc da đẹp. Và nếu một đường thẳng màu sắc đẹp đi từ Đường Bàn Tay đến đồi của ngón tay này, ở nam giới đó là dấu hiệu tuyệt vời của sự tiết hạnh và tiết kiệm; nhưng ở phụ nữ thì lại biểu thị điều ngược lại. Nếu trên quả đồi này có các đường nét, một số đường nét lớn và một số đường nét nhỏ, bất kể chúng hướng theo chiều nào, chúng đều biểu thị sự dâm dục ở cả đàn ông và phụ nữ. Và nếu những đường này thẳng, chúng biểu thị việc đàn ông nỗ lực để có được tình bạn và tình yêu của những người phụ nữ đáng giá. Nhưng nếu chúng tròn hoặc cong thì lại biểu thị điều ngược lại. Và nếu những đường này bị cắt bởi các đường khác, ý nghĩa sẽ bị mất đi. Và nếu có những đường kẻ xuống bàn tay từ mép bàn tay, giữa Đường Bàn Tay và ngón út, thì số lượng đường kẻ (trừ một) biểu thị số vợ mà một người đàn ông sẽ có; và nếu anh ta là tu sĩ, thì đó là số chức vụ hoặc quyền lợi mà anh ta sẽ có. Và nếu những đường này bị cắt bởi các đường khác, ý nghĩa sẽ không còn hiệu lực. Số lượng đường thẳng trong số các đường nói trên càng nhiều, thì người đàn ông càng có nhiều trinh nữ làm vợ; và nếu chúng cong thì có nghĩa là đàn ông sẽ có nhiều vợ góa. Nếu trên đồi ngón út có một đường thẳng giống như một nửa chữ thập hoặc một nửa hình tròn và nó hướng về ngón áp út, thì điều đó biểu thị rằng người đàn ông sẽ gặp rắc rối lớn, mặc dù sau đó anh ta sẽ thịnh vượng. Nhưng nếu nửa hình tròn này hướng về phía ngón út đến mép bàn tay, thì nó biểu thị điều ngược lại.

Các Dấu Hiệu Đặc Biệt: Nếu có một đường kẻ ở gốc ngón trỏ, đi thẳng lên ngón tay, thì nó biểu thị sự tôn kính. Và nếu một dấu hiệu O như thế này xuất hiện trên mu bàn tay của ngón tay này, thì nó biểu thị sự hoang dâm. Nếu đồi ngón giữa đầy các đường nhỏ, chúng biểu thị vết thương ở đầu, tử cung, ngực hoặc các bệnh khác ở tất cả các bộ phận này. Và nếu các đường này có màu đỏ, thì vết thương hoặc bệnh tật sắp đến; nhưng nếu chúng nhạt thì đã qua. Và nếu tìm thấy hai đường thẳng, chúng biểu thị sức mạnh và nam tính. Và nếu tìm thấy một dấu hiệu như vậy trên quả đồi này, thì nó biểu thị sự dạy dỗ sai lầm. Và nếu tìm thấy một dấu thập nhỏ trên đồi ngón út, thì nó biểu thị sự ngu ngốc. Và nếu một đường kẻ lớn đi từ đồi ngón út lên ngón tay cùng tên, thì nó biểu thị tính ham dâm. Phụ nữ có nhiều dấu hiệu hơn, tức là các đường hoặc nét giữa ngón giữa và ngón áp út so với giữa ngón áp út và ngón út thì có nhiều khả năng sinh con trai hơn con gái; và các đường ngang biểu thị điều ngược lại.

Chương tám:

XÁC ĐỊNH THỜI ĐIỂM CỦA SỰ KIỆN

Chương này, chúng tôi cung cấp cho người đọc các phương pháp dự đoán thời gian dựa vào các dấu hiệu xuất trên đường chỉ tay. Các phương pháp dựa vào đường Sinh hay đường Mệnh hoặc sử dụng các dấu hiệu trên đường và gò sẽ được tham chiếu từ quan điểm của các tác giả nổi tiếng như V. de Metz, Chiero. Qua đó, giúp bạn có thể dự đoán thời gian và các sự kiện diễn ra trong cuộc đời của mình và những người xung quanh. Chương này, chúng tôi cung cấp cho người đọc các phương pháp đọc Chỉ Tay, mà trong đó quan điểm và phương thức của Katharine St. Hill được tham chiếu đến. Đây là một trong những kiến thức cần thiết mà hầu hết các tư liệu hiện đại bỏ qua. Qua đây, người đọc có thể tự thực hành theo các bước được đề xuất, và có thể tự khám phá bản thân.

XÁC ĐỊNH THỜI ĐIỂM CỦA SỰ KIỆN

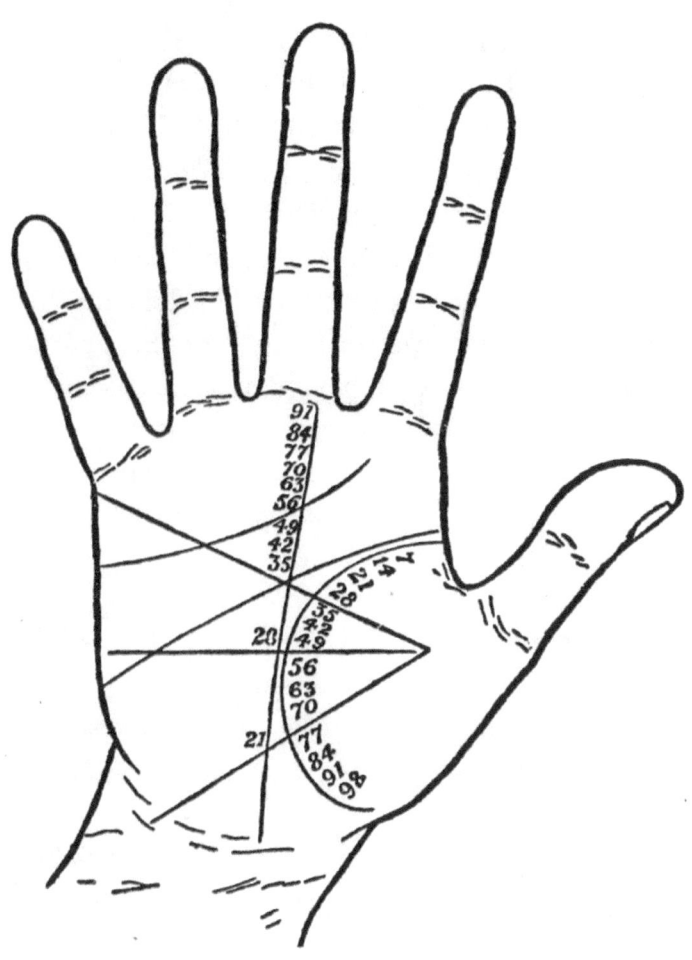

CÁCH XÁC ĐỊNH THỜI GIAN VÀ NGÀY THÁNG CỦA CÁC SỰ KIỆN CHÍNH TRONG CUỘC SỐNG THEO PHÉP CHIA ĐƯỜNG SINH MỆNH (SINH ĐẠO) CỦA CHIERO

Một trong các phương pháp để xác định thời gian bằng bàn tay là chia Đường Sinh mệnh thành các giai đoạn bảy năm, và cũng chia Đường Số mệnh theo thiết kế đi kèm. Đường Trí cũng có thể được chia thành các phần bảy năm. Sự phân chia thành các giai đoạn bảy năm là tự nhiên nhất trong tất cả, vì toàn bộ bản chất thay đổi sau mỗi bảy năm. Kinh nghiệm lâu dài đã chứng minh rằng, bằng cách chia bàn tay theo cách hiển thị trong hình minh họa đi kèm, chúng ta có thể thu được kết quả tốt nhất về mặt ngày tháng. Những người sinh vào ngày 1, 10, 19 và 28 của bất kỳ tháng nào, và đặc biệt là trong các tháng 7, 8 và 1, sẽ thấy những năm sau đây trong cuộc sống của họ là nhiều sự kiện nhất: 1, 7, 10, 16, 19, 28, 34, 37, 43, 46, 52, 55, 61 và 70.

Những người sinh vào ngày 2, 11, 20 và 29 của bất kỳ tháng nào, nhưng đặc biệt là vào tháng 7, 8 và 1, sẽ thấy những năm sau đây trong cuộc sống của họ là nhiều sự kiện nhất: 2, 7, 11, 16, 20, 25, 29, 34, 38, 43, 47, 52, 56 và 70.

XÁC ĐỊNH THỜI ĐIỂM CỦA SỰ KIỆN

Những người sinh vào ngày 3, 12, 21 và 30 của bất kỳ tháng nào, nhưng đặc biệt là vào tháng 12 và tháng 2, sẽ thấy những năm sau đây trong cuộc sống của họ là nhiều sự kiện nhất: 3, 12, 21, 30, 39, 48, 57, 66 và 75.

Những người sinh vào ngày 4, 13, 22 và 31, đặc biệt là trong các tháng 7, 8 và 1, sẽ thấy những năm sau đây trong cuộc sống của họ là nhiều sự kiện nhất: 1, 4, 10, 13, 19, 22, 28, 31, 37, 40, 46, 49, 55, 58, 64, 67, 73 và 76.

Những người sinh vào ngày 5, 14 và 23 của bất kỳ tháng nào, nhưng đặc biệt là vào tháng 6 và tháng 9, sẽ thấy những năm sau đây trong cuộc sống của họ là nhiều sự kiện nhất: 5, 14, 23, 32, 41, 50, 59, 68 và 77.

Những người sinh vào ngày 6, 15 và 24 của bất kỳ tháng nào, nhưng đặc biệt là vào tháng 5 và tháng 10, sẽ thấy những năm sau đây trong cuộc sống của họ là nhiều sự kiện nhất: 6, 15, 24, 33, 42, 51, 60, 69, 78 và 87.

Những người sinh vào ngày 7, 16 và 25 của bất kỳ tháng nào, đặc biệt là trong các tháng 7, 8 và 1, sẽ thấy những năm sau đây trong cuộc sống của họ là nhiều sự kiện nhất: 2, 7, 11, 16, 20, 25, 29, 34, 38, 43, 47, 56, 61, 65, 70, 74 và 79.

Những người sinh vào ngày 8, 17 và 26 của bất kỳ tháng nào, nhưng đặc biệt là vào các tháng 1, 2,

7 và 8, sẽ thấy những năm sau đây trong cuộc sống của họ là nhiều sự kiện nhất: 8, 17, 26, 35, 44, 53, 62, 71 và 80.

Những người sinh vào ngày 9, 18 và 27 của bất kỳ tháng nào, nhưng đặc biệt là vào các tháng 4, 10 và 11, sẽ thấy những năm sau đây trong cuộc sống của họ là nhiều sự kiện nhất: 9, 18, 27, 36, 45, 54, 63, 72 và 81.

CÁCH XÁC ĐỊNH THỜI GIAN VÀ NGÀY THÁNG CỦA CÁC SỰ KIỆN CHÍNH TRONG CUỘC SỐNG THEO PHÉP CHIA ĐƯỜNG SINH MỆNH (SINH ĐẠO) CỦA V. DE METZ

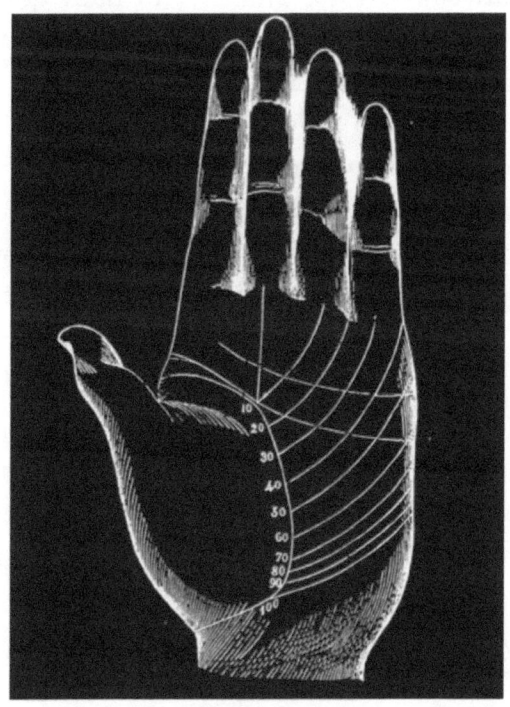

Làm thế nào để xác định các giai đoạn khác nhau của cuộc đời bằng bàn tay, theo V. de Metz trong cuốn *"Hand-book of Modern Palmistry"*.

Chúng ta lấy một chiếc compa kích thước thông thường, đặt một mũi nhọn lên giữa gốc ngón trỏ và mũi nhọn còn lại đặt lên giữa gốc ngón áp út. Sau đó, giữ nguyên vị trí của mũi nhọn thứ nhất, chúng ta vẽ một cung tròn cắt đường Sinh Mệnh tại một điểm nhất định.

Phần của Đường Sinh Mệnh nằm giữa điểm bắt đầu của nó, giữa ngón cái và ngón trỏ, và điểm giao nhau được đề cập ở trên sẽ tạo thành giai đoạn đầu tiên của mười năm.

Giữ nguyên vị trí mũi nhọn thứ nhất của compa, chúng ta đặt mũi nhọn thứ hai giữa gốc ngón áp út và ngón út, vẽ một cung tròn đồng tâm với cung tròn thứ nhất, và tại điểm giao nhau với Đường Sinh Mệnh, chúng ta đánh dấu: hai mươi năm.

Mũi nhọn thứ nhất vẫn được đặt như cũ, chúng ta đặt mũi nhọn thứ hai ở gốc ngón út và vẽ một cung tròn đồng tâm khác. Tại điểm giao nhau với Đường Sinh Mệnh, chúng ta đánh dấu: ba mươi năm.

Với mũi nhọn thứ nhất của compa vẫn ở vị trí ban đầu và mũi nhọn thứ hai chạm vào cạnh (hoặc điểm va chạm) của bàn tay, một cung tròn mới được vẽ. Tại điểm giao nhau của nó với Đường Sinh Mệnh, chúng ta có: bốn mươi năm.

Mũi nhọn thứ nhất vẫn như cũ, và mũi nhọn thứ hai được di chuyển dọc theo điểm va chạm, hơi quá Đường Tình cảm, một cung tròn khác. Tại điểm giao nhau với Đường Sinh Mệnh, chúng ta đánh dấu: năm mươi năm.

Mũi nhọn thứ nhất như cũ, mũi nhọn thứ hai di chuyển cùng khoảng cách như ở lần thử ngay trước đó, một cung tròn mới, tại điểm giao nhau, chúng ta đánh dấu: sáu mươi năm.

Mũi nhọn thứ nhất như cũ, mũi nhọn thứ hai di chuyển xa hơn dọc theo điểm va chạm, cùng khoảng cách như hai lần thử trước đó, vẫn là một cung tròn khác, và tại điểm giao nhau mới, chúng ta đánh dấu: bảy mươi năm.

Mũi nhọn thứ nhất như cũ, mũi nhọn thứ hai di chuyển dọc theo điểm va chạm với khoảng cách bằng hai phần ba khoảng cách di chuyển ở mỗi lần thử trước đó, một cung tròn khác được vẽ, và tại điểm giao nhau mới, chúng ta đánh dấu: tám mươi năm.

Mũi nhọn thứ nhất của compa vẫn như cũ, mũi nhọn thứ hai được di chuyển dọc theo điểm va chạm với khoảng cách bằng hai phần ba khoảng cách di chuyển ở lần thứ cuối cùng được đề cập, chúng ta vẽ một cung tròn khác, và tại điểm giao nhau với Đường Sinh Mệnh, chúng ta đánh dấu: chín mươi năm.

Ở đây chúng ta sẽ dừng lại, vì đã đạt đến một số tuổi đáng kính. Sống quá tuổi này sẽ không còn là phước lành; hiếm có người đàn ông hay phụ nữ nào đạt đến độ tuổi tám mươi mà không trở thành gánh nặng khủng khiếp cho cả bản thân họ và những người xung quanh.

Cần lưu ý một điều, nhưng điều đó rất quan trọng. Chỉ riêng việc Đường Sinh Mệnh bao gồm chín hoặc mười phân đoạn theo cách được mô tả ở trên không tự nó cung cấp bằng chứng chắc chắn cho thấy người đang được xem sẽ đạt đến độ tuổi đáng kính mà nó hướng đến. Trong Xem tướng bàn tay - và chúng tôi không thể lặp lại điều này quá nhiều lần - bất kỳ quan sát đơn lẻ nào được xem xét riêng lẻ, không tham chiếu đến các quan sát khác, đều chỉ là một ảo tưởng và một cái bẫy. Giống như một bác sĩ tận tâm, người Xem tướng bàn tay chỉ dựa vào chẩn đoán kỹ lưỡng và toàn diện, và họ kiên quyết tuân theo điều kiện này trước khi mạo hiểm đưa ra ý kiến dứt khoát.

Chương chín:

PHƯƠNG PHÁP ĐỌC CHỈ TAY

Chương này, chúng tôi cung cấp cho người đọc các phương pháp đọc Chỉ Tay, mà trong đó quan điểm và phương thức của Katharine St. Hill được tham chiếu đến. Đây là một trong những kiến thức cần thiết mà hầu hết các tư liệu hiện đại bỏ qua. Qua đây, người đọc có thể tự thực hành theo các bước được đề xuất, và có thể tự khám phá bản thân.

QUY TRÌNH XEM CHỈ TAY CƠ BẢN

Thường có hai cách xem các vấn đề trên bàn tay bao gồm:

+ Xem chủ đề cụ thể: tình yêu, hôn nhân, gia đình, công việc, tình bạn, tài chính, sự nghiệp, con cái, di cư, bạn bè, tâm linh...

+ Xem tổng quan trong giai đoạn từ 5-10 năm.

Kết hợp hai cách xem trên còn có xem thời gian, xem tính cách, xem tiềm năng, xem công việc phù hợp...

Các mức độ đọc chỉ tay:

- Cơ bản: đọc từng khu vực, từng đường và tổng hợp.

- Nâng cao 1: đọc kết hợp các khu vực, đường, nhà. Thí dụ vấn đề con cái sẽ đọc: đường hôn nhân, đốt cung nhà số 5, vùng sư tử – gò thái dương.

- Nâng cao 2: sau khi kết hợp các vùng, kết hợp dự đoán thời gian trên bàn tay.

- Nâng cao 3: xem xét các đường đi qua khu vực đang xem xét, và khu vực đường đang xem xét đi qua.

Quy trình xem chỉ tay cơ bản thường bao gồm các bước sau:

Quan sát tổng thể bàn tay

Hình dạng bàn tay: Hình dạng bàn tay nói chung có thể tiết lộ nhiều điều về tính cách và xu hướng chung của một người. Ví dụ, bàn tay hình vuông thường gắn liền với tính thực tế và logic, trong khi bàn tay hình ngón tay thon dài có thể liên quan đến sự sáng tạo và nhạy cảm.

Kích thước bàn tay: Kích thước bàn tay so với cơ thể có thể cung cấp thông tin về mức độ năng lượng và hoạt động của một người. Bàn tay lớn thường được cho là thuộc về những người có nhiều năng lượng và thích hoạt động, trong khi bàn tay nhỏ hơn có thể liên quan đến những người có xu hướng nội tâm và trầm lặng hơn.

Màu sắc và kết cấu da: Màu sắc và kết cấu da của lòng bàn tay có thể cung cấp manh mối về sức khỏe và tính cách. Ví dụ, lòng bàn tay hồng hào thường được cho là dấu hiệu của sức khỏe tốt, trong khi lòng bàn tay nhợt nhạt có thể liên quan đến sự mệt mỏi hoặc căng thẳng. Da mịn màng thường gắn liền với tính cách tinh tế và nhạy cảm, trong khi da thô ráp có thể liên quan đến tính cách thực tế và mạnh mẽ.

Xem xét các đường chỉ tay chính

Đường Sinh Đạo: Nó được cho là đại diện cho sức khỏe chung, năng lượng sống và hành trình cuộc đời của một người. Cần xem xét về sự ngắn dài, đứt gãy, hay các biểu tượng dấu hiệu xuất hiện trên đường.

Đường Trí Đạo: Nó được cho là đại diện cho cách suy nghĩ, khả năng học tập và giao tiếp của một người. Cần xem xét về sự ngắn dài, đứt gãy, hay các biểu tượng dấu hiệu xuất hiện trên đường.

Đường Tâm Đạo: Nó được cho là đại diện cho cảm xúc, mối quan hệ và khả năng yêu thương của một người. Cần xem xét về sự ngắn dài, đứt gãy, hay các biểu tượng dấu hiệu xuất hiện trên đường.

Đường Mệnh Đạo: Nó được cho là đại diện cho mục đích sống, sự nghiệp và những sự kiện quan trọng trong cuộc đời của một người. Cần xem xét về sự ngắn dài, đứt gãy, các biểu tượng dấu hiệu xuất hiện trên đường.

Phân tích các đường chỉ tay phụ và các gò:
Ngoài các đường chỉ tay chính, còn có nhiều đường chỉ tay phụ có thể cung cấp thông tin chi tiết hơn về tính cách và cuộc sống của một người.

Sự vượng suy của các gò và các vùng. Có nhiều gò trên bàn tay, mỗi gò đại diện cho một khía cạnh khác nhau của tính cách và cuộc sống. Ví dụ, gò Sao Hỏa đại diện cho đam mê và năng lượng, trong khi gò Mặt Trăng đại diện cho trí tưởng tượng và trực giác.

Tổng hợp thông tin và dự đoán thời gian:

Sau khi quan sát và phân tích tất cả các khía cạnh của bàn tay, người xem chỉ tay sẽ tổng hợp thông tin để đưa ra bức tranh toàn cảnh về tính cách, xu hướng và tiềm năng của một người.

Tiếp đó, dựa trên khung thời gian của đường chỉ tay và các biểu tượng để đưa ra dự đoán về thời gian các sự kiện có thể xuất hiện trong cuộc sống của chủ thể.

Điều quan trọng cần lưu ý là xem chỉ tay nên được xem như một công cụ để tự nhận thức và hiểu rõ hơn về bản thân.

Lưu ý:

Quy trình xem chỉ tay có thể thay đổi tùy theo phương pháp và quan điểm của từng người xem chỉ tay. Một số phương pháp xem chỉ tay phổ biến bao gồm:

Xem chỉ tay Ấn Độ: Phương pháp này dựa trên hệ thống chakra và các yếu tố tâm linh.

Xem chỉ tay Trung Quốc: Phương pháp này dựa trên triết học âm dương và ngũ hành.

Xem chỉ tay Hy Lạp: Phương pháp này dựa trên các nguyên tắc toán học và hình học.

Điều quan trọng là phải tìm kiếm một người xem chỉ tay có uy tín và kinh nghiệm để có được phân tích chính xác và hữu ích.

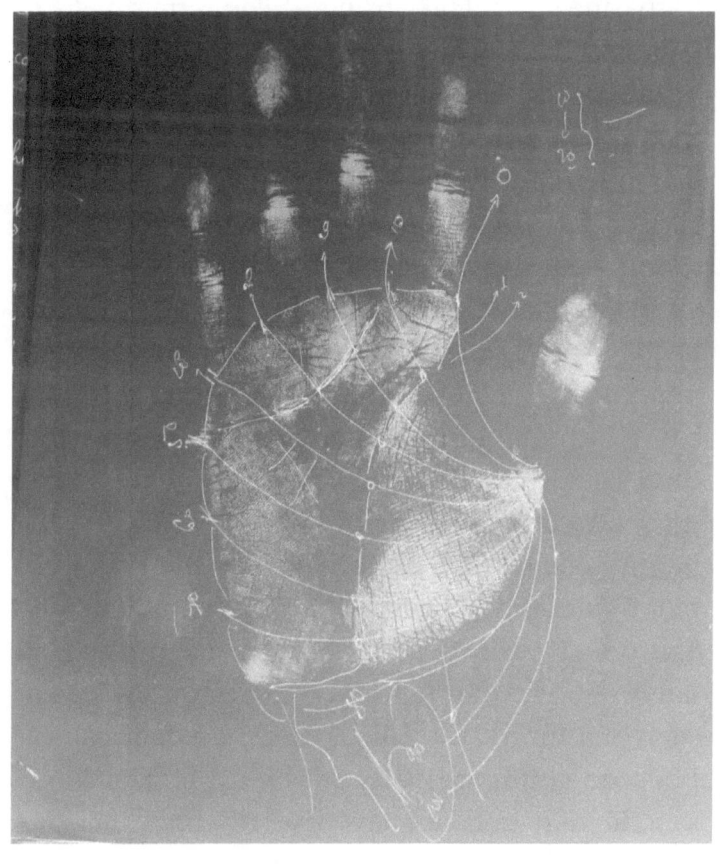

QUY TRÌNH XEM CHỈ TAY THEO KATHARINE ST. HILL

Phương Pháp Nghiên Cứu Bàn Tay theo Katharine St. Hill trong "The grammar of palmistry":

Trước khi bắt đầu xem tướng bàn tay của đối tượng, bạn nên cầm bàn tay trái của họ, úp lòng bàn tay xuống và quan sát kỹ hình dạng. Sau đó, bạn có thể đánh giá loại bàn tay thuộc về đối tượng - dài hay ngắn, nhọn, hình mái chèo hoặc vuông, có hay không có nút thắt, hình dạng móng tay, v.v. - để biết về tính khí, sự khéo léo, khả năng phán đoán, ý chí, sự nhanh nhẹn trong việc nắm bắt và những yếu tố khác của đối tượng. Tiếp theo, lật bàn tay lại và ấn vào lòng bàn tay để biết mức độ cứng hoặc mềm của bàn tay, vì năng lượng hoặc sự lười biếng là yếu tố then chốt của một tính cách và chi phối tất cả các dấu hiệu khác. Sau đó, đặt bàn tay úp lên trên một tờ giấy và đánh dấu các đầu ngón tay, đốt ngón tay và các cạnh của hình dạng bằng bút chì để đảm bảo các phép đo chính xác và tỷ lệ chính xác. Đối tượng sau đó nên giữ bàn tay ở vị trí thoải mái, hơi ngang trước mặt người học, người học nên cẩn thận vẽ phác thảo hình dạng. Sau đó, đặt bàn tay úp xuống trên bàn phẳng dưới ánh sáng tốt để vẽ các đường vân, sau khi vẽ bằng bút chì, nên được kiểm tra và vẽ lại bằng mực. Xong việc, người xem nên ghi chú lên một tờ giấy khác các dấu hiệu khác của bàn tay, hình dạng và độ cao của các gò, màu sắc của các đường, cảm giác của bàn tay và kết cấu của da, hình dạng của móng tay, v.v. Sau đó, quan sát bàn tay phải, và nếu có thời gian, cũng nên vẽ lại bàn tay phải theo cách tương tự. Nhưng nếu thời gian gấp và đối tượng trở nên thiếu kiên nhẫn, thì việc ghi chú cẩn thận những điểm khác biệt giữa hai bàn tay là đủ. Sau đó, người đọc nên nghiên cứu kỹ các bản vẽ với sự trợ giúp của sách hướng dẫn, ghi chú lại mọi đặc điểm, không lấy bất kỳ dấu hiệu nào riêng lẻ mà không có bằng chứng xác nhận từ các dấu hiệu khác; và đối với mỗi kết luận được rút ra, các lý do để suy nghĩ như vậy nên được ghi chú lại cho kinh nghiệm tương lai, và cuối cùng, một bản tổng hợp cẩn thận của tất cả các bằng chứng nên được viết ra. Một bản sao của bản tổng hợp này nên được đưa cho đối tượng, và các bản vẽ bàn tay và các ghi chú đầy đủ do học viên viết nên được nhập vào một cuốn sổ do học viên giữ cho mục đích này.

Lời khuyên cho người mới bắt đầu: người đọc không nên cố gắng xem tướng bàn tay bằng lời nói cho đến khi ít nhất sáu tháng vẽ và học tập cẩn thận, vì Katharine chắc chắn rằng hoàn toàn không thể ghi nhớ tất cả các quy tắc và chỉ dẫn của môn khoa học khó khăn này cùng một lúc, và đưa ra các suy luận chính xác một cách ngẫu nhiên khi nhìn thấy một bàn tay mới và chưa được nghiên cứu; mặc dù sau một thời gian, tất nhiên, việc xem tướng tay và biết tính cách một cách chính xác chỉ trong nháy mắt và các sự kiện một cách chính xác mà không cần do dự là điều hoàn toàn có thể.

Ví dụ về việc đọc bàn tay theo Katharine

Bàn tay này (bàn tay thực sự của một nghệ sĩ) được phân tích chi tiết như một ví dụ để ghi chú của người học, và được cố tình để ở dạng sơ lược; bản hoàn chỉnh sẽ được trao cho chủ nhân bàn tay là một bản tóm tắt được sửa đổi từ phân tích này.

Tổng quan

Về hình thái: Bàn tay nói chung cho thấy năng lượng, táo bạo, kiên quyết, yêu thích sự thoải mái, nổi tiếng, không theo quy ước, thích di chuyển. Không thích chi tiết (ngón tay ngắn). Lòng bàn tay, về kích thước và độ cứng, cho thấy năng lượng dồi dào và không ngừng nghỉ; chủ nhân bàn tay này sẽ không bao giờ ở trạng thái không hoạt động, mà sẽ nghỉ ngơi khỏi một việc này để bắt đầu một việc khác; rất thích không khí trong lành và tập thể dục, chơi trò chơi, cưỡi ngựa, chèo thuyền và đi bộ đường dài trong mọi thời tiết.

Ngón tay

Đầu ngón tay hình nút – chóp nhọn: Nút đầu tiên giúp chủ nhân có trật tự trong suy nghĩ, nút thứ hai giúp trật tự trong thế giới vật chất. Ấn tượng sẽ nhanh (đầu ngón nhọn), nhưng chúng luôn được suy nghĩ kỹ lưỡng.

Ngón cái: Rất khỏe. Đốt ngón thứ nhất cho thấy ý chí rất mạnh mẽ, không ích kỷ (hơi cong ra ngoài), cực kỳ độc lập, đôi khi có thể rất hấp tấp và luôn vội vàng đưa ra phán đoán. Đốt ngón thứ hai cho thấy khả năng suy luận rất tốt, phán đoán rõ ràng và khả năng logic, thích tranh luận. Một người bạn rất kiên định và biết giữ bí mật.

Ngón trỏ: Đốt ngón thứ nhất của ngón tay này cho thấy sự nhiệt tình trong tôn giáo, sớm được kiểm soát bởi triết học (nút đầu tiên), yêu thiên nhiên và sách. Đốt ngón thứ hai sẽ mang lại tham vọng, và đốt thứ ba cho thấy ít mong muốn thống trị.

Ngón giữa: Đây là ngón chi phối, cho thấy số phận sẽ chi phối sự nghiệp, nhưng gò thịt dưới ngón sẽ ngăn cản những thất bại làm buồn phiền tính cách. Nó cho thấy tình yêu động vật lớn, và nói chung là thiếu thận trọng.

Ngón áp út: Vì nhọn nên sẽ quan sát nhanh nhạy và hoạt động trong các ý tưởng, nhưng nó quá nhỏ để mang lại danh tiếng hay của cải.

Ngón út: Ngón tay này quá ngắn để ăn nói lưu loát hoặc xuất sắc, mặc dù chiều dài của đốt ngón thứ nhất sẽ mang lại sự vui vẻ. Do sự thiếu hụt của ngón tay này, chủ nhân bàn tay này sẽ không bao giờ có thể quản lý hoặc thuyết phục người khác, cho dù điều đó cần thiết hay mong muốn đến mức nào, và sự nghiệp sẽ bị cản trở rất nhiều bởi điều này.

Nhận định chung: Các ngón tay cho thấy năng khiếu và khả năng sáng tạo tuyệt vời, kỹ năng cơ khí và ham học hỏi, nhạy bén và thiếu khéo léo, hào phóng và không ích kỷ, thích ăn uống ngon, ý thức mạnh mẽ về cá tính và hoàn toàn tập trung vào công việc của riêng mình. Ngón tay vừa có nút thắt vừa có đầu nhọn cho thấy sự đấu tranh liên tục giữa cảm hứng và phân tích, giữa xu hướng tôn giáo và tinh thần tranh luận. Là một nghệ sĩ, chủ nhân bàn tay này sẽ là một họa sĩ của sự thật, không phải của trí tưởng tượng; sẽ luôn bận rộn với quần thể, khía cạnh tổng thể và màu sắc hơn là chi tiết, và sẽ không bao giờ đánh mất mục tiêu. Cô ấy sẽ thực hiện kế hoạch riêng của mình theo ý tưởng riêng; cô ấy sẽ nghiên cứu tất cả những gì liên quan đến nghệ thuật của mình, đặc biệt là hóa học; cô ấy sẽ thử nghiệm thành phần và cải thiện đất được sử dụng để làm sơn; cô ấy sẽ tự tạo ra màu sắc theo hiệu ứng của riêng mình. (Desbarolles đã nghiên cứu đặc biệt về bàn tay nghệ thuật khoa học, vì sự kết hợp của các ngón tay có nút thắt và đầu nhọn là hiếm, và khiến tính cách khó phân tích.)

Các Gò (Mounts)

Gò Mộc Tinh (Jupiter): Biểu hiện của tham vọng và rất kiêu hãnh; yêu thiên nhiên. Không có dấu hiệu thành công trên gò này...

Gò Thổ Tinh (Saturn): Không đáng kể và hướng về phía gò Thái Dương, cho thấy số phận dẫn đến nghệ thuật.

Gò Thái Dương (Apollo): Có hai đường ngang cắt ngang, cho thấy tình yêu nghệ thuật; nhưng các đường này bị đứt đoạn và giao nhau, chỉ mang lại ít hứa hẹn thành công, vì Đường Mệnh (Fate Line) không đủ mạnh để chống lại những trở ngại.

Gò Thủy Tinh (Mercury): thể hiện sự nhanh nhẹn và vui vẻ, yêu thích công việc và kiên trì, hành động nhanh chóng và sáng tạo. Ba đường sâu trên gò cho thấy chủ nhân sở hữu tài năng y học tuyệt vời, nếu theo học y thay vì nghệ thuật, có lẽ đã đảm bảo thành công.

Gò Kim Tinh (Venus): Thích màu sắc và giai điệu, nhưng gò này không quan trọng trong bàn tay này, cho thấy ít đam mê trong tình yêu, thiếu mong muốn nổi tiếng và thiếu lòng nhân từ rộng khắp.

Gò Thái Âm (Luna): Nằm trên cao, cho thấy trí tưởng tượng tốt và các đường vân thẳng cho thấy sự bình tĩnh và không lo lắng.

Gò Hỏa Tinh (Mars): Là gò thống trị và quan trọng nhất. Một mặt, nó thể hiện sự táo bạo, hung hăng, tỉnh táo, tính nóng nảy và rất thiếu kiên nhẫn, may mắn được kiểm soát bởi lý trí (đốt ngón thứ nhất của ngón cái); mặt khác, nó thể hiện lòng dũng cảm, kiên cường và tự chủ.

Các Đường Chỉ Tay (LINES)

Đường Tâm (Line of Heart): Đường này cho thấy một trái tim chung thủy, rất kiên định, không giả dối hay tính cách trêu ngươi (các nhánh phân chia đều đặn), nhưng ít nồng nhiệt và hầu như không dịu dàng. Người này không may mắn trong tình yêu và tình bạn (các nhánh đều bị cắt ngang). Có một tương lai hạnh phúc trong thời gian đầu đời, nhưng hướng của các nhánh về phía gò Mộc và các đường trên gò cho thấy lòng kiêu hãnh và tự lập, cùng với việc chế ngự hoàn cảnh (đường Mệnh bị chia), đã khiến cho tương lai đó tan vỡ, và sự đính ước hay mối quan hệ (được đánh dấu và gạch chéo trên Đường Hôn Nhân) không có kết quả. Không có đường hôn nhân trên bàn tay này. Về tình bạn, người này cũng không may mắn. Do các nhánh và đường chỉ tay trên Đường Trí bị cắt ngang, một vài người bạn thân thiết mà người này kết giao đã mất liên lạc do chết chóc hoặc xa cách, những người bạn khác mà người này chọn thì không tốt, vì họ đã chứng tỏ là không chung thủy. Có một thời gian, một người bạn có thể giúp đỡ người này rất nhiều, nhưng ảnh hưởng đó chỉ tồn tại trong một thời gian ngắn.

Đường Trí (Line of Head): Đây là một đường tốt, cho thấy nhiều năng lực và sự nhạy bén, lòng dũng cảm và kiên trì. Có lẽ đường này hơi thiếu tính tưởng tượng đối với một người theo đuổi nghệ thuật, và do đó tác phẩm sẽ thiên về hiện thực hơn là hư cấu. Người này có lòng tự tin và táo bạo cao (Đường Trí và Đường Sinh bắt đầu gần nhau); trí nhớ không được tốt. Đường này cho thấy nhiều bệnh tật, và từ vết đứt đoạn, các đường ở phần bắt đầu của Đường Sinh, và hướng của Đường Mệnh, có thể đã từng có thời gian có xu hướng tự sát (dấu cắt ngang bất thường trên gò Hỏa); nhưng nếu có, thì chắc hẳn là rất sớm trong cuộc đời. Đường này kết hợp với những ngón tay có đốt cong và ngón áp út ngắn cho thấy thiếu khả năng ứng xử khéo léo và ngoại giao.

Đường Sinh (Line of Life): Đường này cho thấy một tuổi thơ rất không hạnh phúc và nhiều khó khăn, giằng co ở tuổi trung niên. Sẽ có một căn bệnh rất nghiêm trọng trong khoảng từ ba mươi đến ba mươi lăm tuổi; người này đã vượt qua nhờ vào sức khỏe tự nhiên tốt. Có một sự thay đổi lớn trong cuộc sống vào khoảng hai mươi tám tuổi, điều này ảnh hưởng rất lớn đến sự nghiệp (đường chỉ tay từ Đường Sinh đến Đường Trí); nó mang lại nhiều công việc hơn và hạnh phúc hơn.

Cuộc sống sẽ kéo dài đến sáu mươi lăm hoặc bảy mươi tuổi và sẽ kết thúc đột ngột.

Đường Mệnh (Line of Fate): Đường này cho thấy một sự nghiệp phiêu lưu mạo hiểm. Khởi đầu không hạnh phúc, nghèo khổ và gặp nhiều trở ngại. Người này đã đưa ra những lựa chọn rất tai hại bằng lý trí, liên quan đến cả tình yêu và danh tiếng, và từ ba mươi lăm đến năm mươi, cuộc sống rất khó khăn (đường chỉ tay bị đứt đoạn cắt ngang Đồng Bằng Hỏa Tinh). Đường Mệnh bắt đầu thấp và dừng đột ngột ở Đường Trí cho thấy số phận luôn bất lợi; những quyết định khác nhau của người này gần như luôn sai lầm, điều này thật kỳ lạ, vì ngón cái cho thấy khả năng phán đoán tốt; nhưng có thể do tính quá hấp tấp là nguyên nhân của một số quyết định, và không có khả năng kiểm soát hoặc thấu hiểu người khác và những định kiến của họ, vì bản thân người này có rất ít định kiến, có lẽ đã góp phần đáng kể vào những thất bại được thể hiện trên đường này.

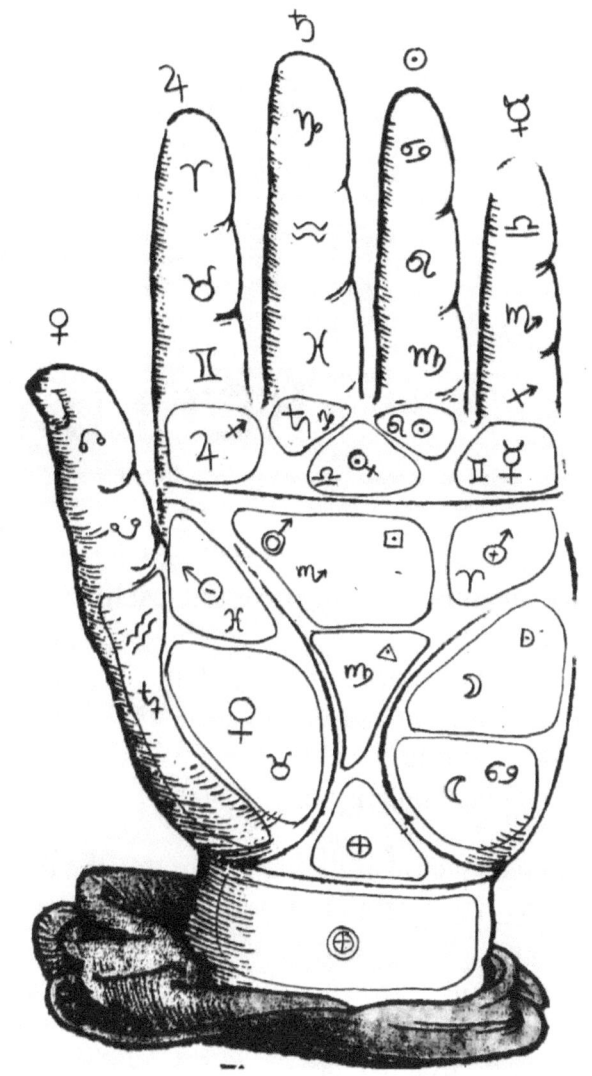

Chương mười:

KẾT LUẬN

Bàn tay con người, một kiệt tác tinh tế của tạo hóa, ẩn chứa vô số bí ẩn về tính cách, vận mệnh và tiềm năng ẩn giấu. Ẩn sau những đường gò chằng chịt là cả một kho tàng tri thức về con người, hé mở những cánh cửa dẫn đến thế giới nội tâm và định hướng tương lai cho những ai dám tìm kiếm vận mệnh của chính mình.

Đây là cuốn sách dẫn dắt bạn khám phá hành trình đầy thú vị này. Từ những bước đầu tiên đặt chân vào thế giới Chỉ tay, bạn sẽ được trang bị kiến thức nền tảng vững chắc về lịch sử phát triển của bộ môn này, cùng những nguyên tắc cơ bản để giải mã các đường gò trên bàn tay.

KẾT LUẬN

Hành trình tiếp theo đưa bạn đến với những đường chính trên bàn tay, bao gồm:

- **Đường Sinh Mệnh:** Vén màn bí mật về sức khỏe, thể chất, ý chí và nghị lực của con người.
- **Đường Trí Tuệ:** Hé mở khả năng tư duy, trí tuệ, logic và khả năng học tập.
- **Đường Tình Cảm:** Khám phá thế giới tình cảm, sự lãng mạn, khả năng yêu thương và gắn kết.
- **Đường Hôn Nhân:** Vén màn bí ẩn về những mối quan hệ tình cảm, hôn nhân và gia đình.
- **Đường Số Mệnh:** Soi sáng con đường sự nghiệp, định hướng nghề nghiệp và mục tiêu sống.

Bên cạnh những đường chính, bạn còn được giới thiệu về các đường phụ, các gò và vùng trên bàn tay và những dấu hiệu đặc biệt trên bàn tay, giúp bạn có cái nhìn toàn diện hơn về bức tranh Chưởng tướng học như về các biểu tượng: Những dấu hiệu như chữ thập, tam giác, vòng tròn, hòn đảo, v.v. ẩn chứa những ý nghĩa quan trọng về tính cách, vận mệnh và những sự kiện có thể xảy ra trong cuộc đời mỗi người.

Không chỉ dừng lại ở lý thuyết, cuốn sách còn cung cấp cho bạn những ví dụ thực tế sinh động, giúp bạn dễ dàng áp dụng kiến thức đã học vào thực tiễn. Bạn sẽ được hướng dẫn cách phân tích các kiểu bàn tay khác nhau, từ đó đưa ra những nhận định chính xác về tính cách, tiềm năng và những thách thức mà mỗi cá nhân có thể gặp phải trong cuộc sống, bạn sẽ có thể:

- **Hiểu rõ hơn về bản thân:** Nhận diện điểm mạnh, điểm yếu, tiềm năng và những thách thức mà bạn có thể gặp phải trong cuộc sống.
- **Cải thiện các mối quan hệ:** Hiểu rõ hơn về tính cách, mong muốn và nhu cầu của người khác, từ đó xây dựng những mối quan hệ hòa hợp và bền chặt hơn.
- **Lựa chọn hướng đi phù hợp:** Xác định những lĩnh vực phù hợp với khả năng và sở thích của bản thân, từ đó đưa ra những quyết định sáng suốt trong học tập, công việc và cuộc sống.

Hành trình khám phá Chỉ tay không chỉ mang đến cho bạn những kiến thức thú vị mà còn là hành trình tự khám phá bản thân, thấu hiểu con người bên trong và định hướng tương lai một cách hiệu quả. Cuốn sách này sẽ là người bạn đồng hành đắc lực cho những ai đam mê Chỉ tay, mong muốn mở rộng hiểu biết về bản thân và những người xung quanh. Hãy sẵn sàng bước vào hành trình đầy bí ẩn và hấp dẫn này.

KẾT LUẬN

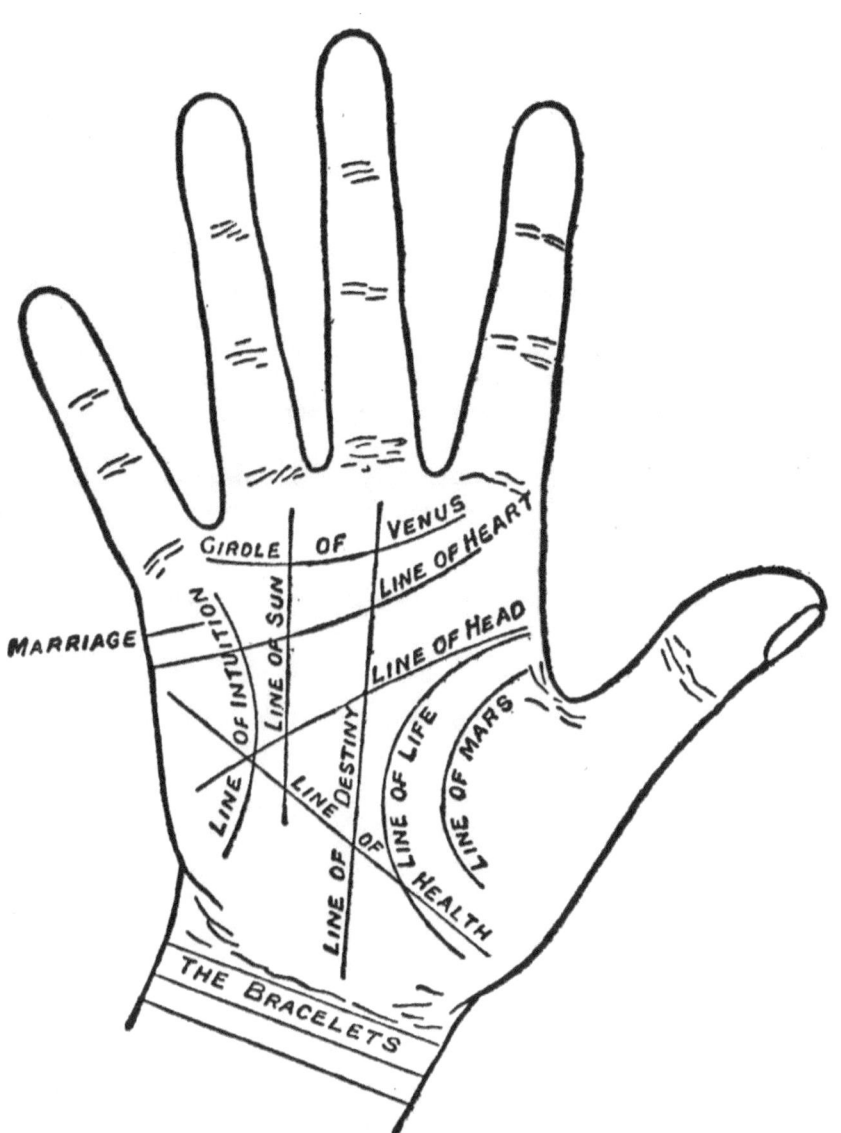

TÀI LIỆU THAM KHẢO

1. "WHO global report on traditional and complementary medicine 2019" (PDF). WHO. June 4, 2019.
2. Legal Status of Traditional Medicine and Complementary/Alternative Medicine: A Worldwide Review" (PDF). World Health Organization. 2001.
3. "In Germany, a Heated Debate Over Homeopathy". Undark Magazine. March 16, 2020.
4. "Safety issues in the preparation of homeopathic medicines". World Health Organization.
5. Oxford English Dictionary
6. Hahnemann, Samuel (1833). The homœopathic medical doctrine, or "Organon of the healing art". Dublin: W. F. Wakeman.
7. Robert W. Ullman; Judyth Reichenberg-Ullman (October 1, 1994). The patient's guide to homeopathic medicine. Picnic Point Press.
8. "History of Homeopathy". Creighton University Department of Pharmacology. July 2007
9. Moore, John S. "Aleister Crowley as Guru", 2016-02-05 at the Wayback Machine, Chaos International, Issue No. 17.
10. Crowley, Aleister.Aleister Crowley, Liber XIII vel Graduum Montis Abiegni: A Syllabus of the Steps Upon the Path, Hermetic website, retrieved July 7, 2006.
11. Urban, Hugh B. (2012). "The Occult Roots of Scientology?: L. Ron Hubbard, Aleister Crowley, and the Origins of a Controversial New Religion". Nova Religio: The Journal of Alternative and Emergent Religions.

12. Booth, Martin (2000). A Magick Life: The Biography of Aleister Crowley. London: Coronet Books. ISBN 978-0-340-71806-3.
13. Djurdjevic, Gordan (2014). India and the Occult: The Influence of South Asian Spirituality on Modern Western Occultism. New York City: Palgrave Macmillan. ISBN 978-1-137-40498-5. OCLC 59483726.
14. Kaczynski, Richard (2010). Perdurabo: The Life of Aleister Crowley (1st ed.). Berkeley, California: North Atlantic Books. ISBN 978-0-312-25243-4.
15. DuQuette, Lon Milo (2003). The Magick of Aleister Crowley: A Handbook of Rituals of Thelema. San Francisco: Weiser. ISBN 978-1-57863-299-2.
16. Orpheus, Rodney. Abrahadabra: Understanding Aleister Crowley's Thelemic Magick, pp. 33–44. Weiser, 2005. ISBN 1-57863-326-5
17. Urban, Hugh. Magia Sexualis: Sex, Magic, and Liberation in Modern Western Esotericism. University of California Press, 2006. ISBN 0-520-24776-0
18. Kabbalah: A Very Short Introduction, Joseph Dan, Oxford.
19. York, The Magicians of the Golden Dawn, (1972) p. ix.
20. Crowley, Aleister. The Equinox of the Gods. New Falcon Publications, 1991. ISBN 978-1-56184-028-1.
21. Helena & Tau Apiryon. (1998) The Creed of the Gnostic Catholic Church: an Examination.
22. Crowley, Aleister. (1979). The Confessions of Aleister Crowley. London;Boston : Routledge & Kegan Paul.
23. Crowley, Aleister. (1981). The Book of Thoth. New York, S. Weiser.
24. Cordovero, Rabbi Moshe (1993). תומר דבורה [The Palm Tree of Devorah]. Targum. p. 84. ISBN 9781568710273.

25. Kaplan, Rabbi Aryeh (1990). Sutton, Abraham (ed.). Inner Space. Brooklyn, NY: Moznaim. p. 254. ISBN 0-940118-56-4.
26. Bahir, translated by Aryeh Kaplan (1995). Aronson. (ISBN 1-56821-383-2)
27. Regardie, Israel. (1994). A Garden of Pomegranates. Saint Paul, Minn., Llewellyn Publications
28. Fortune, Dion (1935). The Mystical Qabalah (1984 American paperback ed.). York Bach, Maine: Samuel Weiser, Inc. p. 1. ISBN 0-87728-596-9.
29. Campion, Nicholas (1982). An Introduction to the History of Astrology. ISCWA.
30. nes, H. (2018). "The Origin of the 28 Naksatras in Early Indian Astronomy and Astrology". Indian Journal of History of Science.
31. Philip Yampolsky, 'The origin of the Twenty-eight Lunar Mansions', Osiris, IX (1950).
32. Burnet, John (1930) [1892]. Early Greek Philosophy. London: A. & C. Black, Ltd.
33. Campion, Nicholas. The History of Western Astrology, 2009.
34. Halliwell, S. (2007). "The Life-and-Death Journey of the Soul: Interpreting the Myth of Er". In Ferrari, G. R. F. (ed.). The Cambridge Companion to Plato's Republic. Cambridge: Cambridge University Press.
35. Robbins, Ptolemy Tetrabiblos, 'Introduction'
36. Hetherington, Norriss S. Encyclopedia of Cosmology (Routledge Revivals): Historical, Philosophical, and Scientific Foundations of Modern Cosmology Routledge, 8 apr. 2014 ISBN 978-1-317-67766-6
37. Geneva, Anne (1995). Astrology and the Seventeenth Century Mind: William Lilly and the Language of the Stars. Manchester University Press.

38. Melton, Gordon J. (Sr. ed.) (1990). "Theosophical Society". New Age Encyclopedia. Farmington Hills, Michigan: Gale Research.
39. Gavin Kent McClung (June 2000). "What Makes A True Astrologer?". Dell Horoscope.
40. Perry, Glen, Dr. What is Psychological Astrology? 2016.
41. SAUNIER, Marc. La Légende des symboles, philosophiques, religieux et maçonniques, Paris, 1911.
42. MERTENS STIENON, M. L'Occultisme du zodiaque. Paris, 1939
43. Kunz, George F. (1913). The curious lore of precious stones. Lippincott
44. Gleadow, Rupert (2001). The Origin of the Zodiac. Dover Publications.
45. Johari, Harish (1986). The Healing Power of Gemstones: In Tantra, Ayurveda, and Astrology. Destiny Books.
46. Knuth, Bruce G. (2007). Gems in Myth, Legend and Lore (Revised edition). Parachute: Jewelers Press.
47. Grande, Lance; Augustyn, Allison (2009). Gems and Gemstones: Timeless Natural Beauty of the Mineral World. University of Chicago Press.
48. Osborne, Harold, ed. (1985). The Oxford Companion to the Decorative Arts. Oxford University Press.
49. T. F. Hoad (1996). The Concise Oxford Dictionary of English Etymology.
50. "World's oldest telescope?". BBC News. ngày 1 tháng 7 năm 1999.
51. T. L. Heath (2003). A manual of greek mathematics. Courier Dover Publications
52. William R. Uttal (1983). Visual Form Detection in 3-Dimensional Space. Psychology Press
53. A History Of The Eye. stanford.edu.
54. Colored light therapy: overview of its history, theory, recent developments and clinical applications

KẾT LUẬN

combined with acupuncture. Cocilovo A Am J Acupunct. 1999
55. Graham H. Discover Colour therapy. (2004) Ca USA: Ulysses Press
56. Cas Lek Cesk (1980). "The father of medicine, Avicenna, in our science and culture: Abu Ali ibn Sina (980-1037)", Becka J.
57. Azeemi, S. T.; Raza, S. M. (2005). "A Critical Analysis of Chromotherapy and Its Scientific Evolution". Evidence-Based Complementary and Alternative Medicine.
58. Pleasanton A. Blue and Sun Light. Philadelphia: Claxton, Reuser & Haffelfinger; 1876.
59. Babbitt E. Principles of Light and Colour. MT, USA: Kessinger Publishing; 1942.
60. Azeemi, Khawaja Shamsuddin. Colour Therapy. Karachi: Al-Kitab Publications; 1999
61. Ott J. Health and Light: The Effects of Natural and Artificial Light on Man and Other Living Things. Connecticut, USA: Devin-Adair Pub; 1972.
62. Hassan M. Chromopathy. Peshawar: Institute of Chromopathy; 2000.
63. Perry R. Scientific documentation on colour therapy.
64. Schauss AG. Tranquilizing effect of colour reduces aggressive behaviour and potential violence. J Orthomol Psych. 1979
65. Numbers Needed to Treat With Phototherapy According to American Academy of Pediatrics Guidelines (2010).Thomas B. Newman, Michael W. Kuzniewicz, Petra Liljestrand, Soora Wi, Charles McCulloch,and Gabriel J. Escobar.
66. Seasonal Depression (Seasonal Affective Disorder), By Debra Fulghum Bruce, PhD (2020).
67. Evolving applications of light therapy, Michael Terman (2007).

68. Light therapy for non-seasonal depression, A Tuunainen, D F Kripke, T Endo (2004).
69. Circadian Rhythm Sleep Disorders. Pathophysiology and Potential Approaches to Management,Nava Zisapel (2012).
70. Guide thérapeutique des couleurs - Manuel pratique de chromatothérapie, médecine énergétique - Principes, techniques et indications (1989). Christian Agrapart
71. Chakra: Religion, Encyclopaedia Britannica
72. Lochtefeld, James G. (2002). The Illustrated Encyclopedia of Hinduism: A-M. Rosen Publishing Group. ISBN 978-0-8239-3179-8.
73. Sharma, Arvind (2006). A Primal Perspective on the Philosophy of Religion. Springer Verlag. ISBN 978-1-4020-5014-5.
74. Trish O'Sullivan (2010), Chakras. In: D.A. Leeming, K. Madden, S. Marlan (eds.), Encyclopedia of Psychology and Religion, Springer Science + Business Media.
75. The Upanishad Volume 1 (1959), Bonanza Books, New York.
76. Doãn Chính (2017), Veda-Upanishad Những bộ kinh triết lý tôn giáo cổ Ấn Độ, Nhà xuất bản Chính trị Quốc gia Sự thật, Hà Nội.
77. Samuel, Geoffrey; Johnston, Jay (2013). Religion and the Subtle Body in Asia and the West: Between Mind and Body. Routledge. ISBN 978-1-136-76640-4.
78. Adalbert Schneider, A Brief History of the Chakras in Human Body, Herdecke University, Germany, 2019.
79. Y. Zhou and N. C. Danbolt, Glutamate as a neurotransmitter in the healthy brain, 2014
80. Powers ME, Yarrow JF, McCoy SC, Borst SE (2008). "Growth hormone isoform responses to GABA ingestion at rest and after exercise". Medicine and Science in Sports and Exercise.

81. Bailey, Alice A. Esoteric Healing, Lucis Trust,1953.
82. C.W. Leadbeater, The Chakras (1927), published by the Theosophical Publishing House, Wheaton, Illinois, USA.
83. Gary Cox, Thuật ngữ Jean-Paul Sartre, Đinh Hồng Phúc dịch.
84. Le Symbolisme des Nombres, p. 12. Imitation de Jésus-Christ, I- 3
85. Chandogya Upanishad, quyển VI, 1:12-13
86. Henri Durville, *La Science secrète*, p. 261

www.ingramcontent.com/pod-product-compliance
Lightning Source LLC
LaVergne TN
LVHW041701060526
838201LV00043B/515